संगीत

धाडिला राम तिने का वनी?

द. ग. गोडसे यांची ग्रंथसंपदा

कलामीमांसा

पोत (१९६३)
शक्तिसौष्ठव (१९७२)
गतिमानी (१९७६)
लोकधाटी (१९७९)
मातावळ (१९८१)
ऊर्जायन (१९८५)
वाऽऽकविचार (१९९३)

नाटक व एकांकिका

राजयाचा पुत्र अपराधी देखा (१९६३)
काळगंगेच्या काठी (१९७४)
संभाजीचे भूत (१९८१)
सोंग

लेखसंग्रह

समंदे तलाश (१९८५)
नांगी असलेले फुलपाखरू (१९८९)

इतिहाससंशोधन

मस्तानी (१९८९)
दफ्तनी (१९९२)

संगीत

धाडिला राम तिने का वनी?

संस्कृत नाटककार भास यांच्या 'प्रतिमा'
या नाटकाचे रूपांतर

रूपांतर : दत्तात्रय गणेश गोडसे
पदे : राजा बढे

पॉप्युलर प्रकाशन, मुंबई

संगीत
धाडिला राम तिने का वनी?
(म-१२८२)
पॉप्युलर प्रकाशन
ISBN 978-81-7991-912-5

SANGEET
DHADILA RAM TINE KA VANI?
(Marathi : Play)
Tr. Dattatray Ganesh Godse

© २०१७, मुंबई मराठी साहित्य संघ

पहिली आवृत्ती : २०१७/१९३९

मुखपृष्ठ : अंजली सावंत

प्रकाशक
हर्ष भटकळ
पॉप्युलर प्रकाशन प्रा. लि.
३०१, महालक्ष्मी चेंबर्स
२२, भुलाभाई देसाई मार्ग
मुंबई ४०० ०२६

अक्षरजुळणी
स्वाती अमरे
कांदिवली, मुंबई
आणि
हेमा गुप्ते
प्रभादेवी, मुंबई

या नाटकाचे प्रयोग, रूपांतर
भाषांतर, दूरदर्शन मालिका
व्हीसीडी, डीव्हीडी, चित्रपट इत्यादी
सर्व अधिकार मुंबई मराठी साहित्य
संघ यांच्याकडे असून परवानगी
आणि परवानगी मूल्य यांसाठी मुंबई
मराठी साहित्य संघ (नाट्यशाखा)
डॉ. भालेराव मार्ग, गिरगाव, मुंबई
४०० ००४ या पत्त्यावर
पत्रव्यवहार करावा

मुंबई मराठी साहित्य संघ (नाट्यशाखा) यांच्या तर्फे भरतमुनीच्या नाट्यशास्त्रानुसार उभारलेल्या खास रंगमंचावर आद्य संस्कृत नाटककार भास याच्या 'प्रतिमा' या नाट्यकृतीचा द. ग. गोडसे यांनी रूपांतरित केलेल्या संगीत 'धाडिला राम तिने का वनी?' या नाटकाचा प्रयोग रविवार दिनांक ६ जून १९७६ रोजी सादर करण्यात आला.

श्रेयनामावली

रूपांतर	:	दत्तात्रय गणेश गोडसे
दिग्दर्शक	:	दाजी भाटवडेकर
संगीत दिग्दर्शक	:	जितेंद्र अभिषेकी
गीते	:	राजाभाऊ बढे
नेपथ्य व वेषभूषा	:	चित्रकार श्री. द. ग. गोडसे
पार्श्वसंगीत संयोजक व भरतवाक्य गायक	:	पं. जितेंद्र अभिषेकी
ध्वनिसंकलन	:	राजा देसाई
संगीत साथ-ऑर्गन	:	विश्वनाथ कान्हेरे
तबला	:	राजू वरणगांवकर
व्हायोलिन	:	चिंतामणी हाटे
रंगभूषा	:	वर्दम मेकअप् सर्व्हिस
प्रकाश, ध्वनी	:	सुधीर ठाकूर, प्रभाकर पारकर, रमेश नाईक
ध्वनिमुद्रण	:	भालचंद्र पेंढारकर, मुंबई मराठी साहित्य संघ युनिट
रंगमंच व्यवस्था	:	मदनमोहन व साहित्य संघाच्या नाट्यशाखेचा कर्मचारी संच

कलाकार

राजा दशरथ	:	दाजी भाटवडेकर / रवींद्र बेर्डे
राम	:	नारायण बोडस
भरत	:	अरविंद पिळगावकर
लक्ष्मण	:	माधव खाडिलकर
रावण	:	रवींद्र बेर्डे
सुमंत्र	:	नाना गवंडे
देवकुलिक कंचुकीय	:	तुकारामबापू
सारथी, ऋषीकुमार, चेट	:	लक्ष्मीकांत बेर्डे
ऋषीकुमार, सैनिक	:	घारपुरे
सैनिक	:	मिलिंद सोरटे
कैकयी	:	रजनी जोशी
सीता	:	आशा खाडिलकर
कौसल्या	:	दुर्गा शिंदे
सुमित्रा आणि अवदातिका	:	अनिता मोरे
विजया, चेटी आणि सारसिका	:	नंदा दातार

भरतमुनीच्या नाट्यशास्त्रातील रंगमंचाविषयी स्फुट विवेचन

दत्तात्रय गणेश गोडसे

भरतमुनीचा काल निश्चित नाही. त्याबाबत विद्वानांमध्ये मतभेद आहेत. तरी इ.स. पू. २०० ते इ.स. नंतर ४०० या वर्षांच्या कालखंडात भरतमुनीने आपले नाट्यशास्त्र रचले असे तज्ज्ञांचे सर्वसाधारण मत आहे. भरतमुनीच्या नाट्यशास्त्रावरच्या या ग्रंथात करण्यात आलेल्या रंगभूमीच्या निरनिराळ्या अंगोपांगांचे विस्तृत व तपशीलवार विवेचन वाचले की, भरतमुनीपूर्वी अनेक शतके भारतीय नाट्यपरंपरा सातत्याने चालू असावी असे स्पष्ट जाणवते. काही अभ्यासकांच्या मते ही परंपरा थेट वेदकालापासून चालू होती.

नाट्यशास्त्राच्या दुसऱ्या अध्यायात रंगमंचाचे वर्णन आहे. त्यात विकृष्ट, चतुरस्त्र (चौरस) व त्र्यस्त्र (त्रिकोणी) अशा तीन प्रकारच्या नाट्यगृहांचे वर्णन करण्यात आले आहे [२१८]. या तीन प्रकारच्या रंगमंचांचे प्रत्येकी पुन्हा तीन प्रकार सांगितले आहेत. जेष्ठ, मध्यम व कनिष्ठ.

नाट्यगृह नेहमी पूर्वाभिमुख असे. विकृष्ट गृहाचा आकार काटकोन चौकोनासारखा (आयत) असून त्याची पूर्व-पश्चिम लांबी ६४ हात (९६ फूट), दक्षिणोत्तर रुंदी ३२ हात (४८ फूट) [असेड २।२०]. नाट्यगृहाच्या आवाराच्या चारही भिंती विटांनी बांधलेल्या असत [२।९३]. पूर्व-पश्चिम लांबीचे सारखे दोन भाग करून त्यांपैकी पूर्वेकडील ३२-३२ हातांचा (४८-४८ फूट) चौरस भाग प्रेक्षकांकरता राखून ठेवीत. राहिलेल्या चौरसाचे पुन्हा ३२-१६ हात (४८-२४ फूट) असे सारखे दोन भाग करून त्यांतील पश्चिमेकडील ३२-१६ हात (४८-२४ फूट) या भागात नेपथ्यगृह बांधत असत. नेपथ्यगृह व प्रेक्षागृह यांच्यामधील ३२-१६ हात (४८-२४ फूट) या चौकोनात नाट्यप्रयोग दाखवण्याची व्यवस्था केलेली असे.

नेपथ्यगृह व प्रेक्षागृह यांमधील चौकोनाचे ३२-१६ हाताचे (४८-२४ फूट) सारखे दोन भाग करीत. त्यांपैकी नेपथ्यगृहाकडील भागात मधोमध ८-८ हातांचा (१२-१२ फूट) चौकोन काढून तेथे एक हात (दीड फूट) उंचीच्या स्तराचे रंगशीर्ष उभारीत. रंगशीर्षाच्या दोन्ही बाजूंस गायक, वादक बसत [१३।२]. शिवाय काम करणारे नट आपल्या प्रवेशाची वाट पाहत तेथे उभे राहत. रंगशीर्षाच्या पुढील भागी मधोमध १६-८ हातांचे (२४-१२ फूट) रंगपीठ असे. रंगशीर्ष व रंगपीठ मिळून जेवढा भाग होतो तेवढ्या भागात नाट्यप्रयोग दाखवण्यात येई. रंगपीठाच्या दोन्ही बाजूंस ८-८ हातांची (१२-१२ फूट) दोन्हीकडे जागा राही; त्या प्रत्येकीत चार कोपऱ्यांवर चार उंच खांब उभारून त्या खांबांवर मेघडंबरी अथवा मंडपीवजा वास्तुरचना करीत. या दोन भागांस मत्तवारणी म्हणत. मत्तवारणीचा उपयोग कक्षा दाखवण्याकडे होई. मत्तवारणीचे खांब व मंडपी यांवर वेगवेगळी कलाकुसर केलेली असे. त्यामुळे रंगपीठांचा दर्शनी भाग फारच मनोरम दिसे. [२-३६-३८,६६,६७].

रंगशीर्ष व नेपथ्यगृह यांच्या मधे विटांची पक्की भिंत असे व त्या भिंतीत रंगशीर्षाच्या दोन्ही बाजूंना दोन दारे असत [२।६५,७२]. या दारांनी नट नेपथ्यगृहातून रंगशीर्षाकडे येत. रंगशीर्षाच्या दक्षिण व उत्तर बाजूस एकापुढे एक तीन खांब असत [२।७१] (या श्लोकावरील अभिनवगुप्ताचे भाष्य). यापैकी भिंतीशी असलेले दोन खांब व मधले दोन खांब या चार खांबांचा उपयोग गच्ची, माडी, सज्जा, सौध, प्रासाद इत्यादींचा देखावा सूचित करण्याकडे होई. 'रत्नावली' नाटकातील प्रासाद किंवा 'मृच्छकटिक' नाटकातील गच्ची येथेच दाखवण्यात येई. रंगशीर्षातील मधले खांब व रंगपीठाजवळचे खांब यांच्यामधून रंगशीर्षात येण्याचा मार्ग असे. शिवाय या जागेचा उपयोग कक्षा दाखवण्याकडेही होई. या सर्व खांबांवर उत्तम कलाकुसर केलेली असे.

रंगपीठ व मत्तवारणी यांची उंची जमिनीपासून दीड हात म्हणजे सुमारे अडीच फूट असे [२।६७,६८], रंगपीठाहून काहीसे उंच असे [२।१०४], अदमासे एक हात (दीड फूट).

नाट्यगृहाच्या सर्व भिंतींना चुना, अभ्रक इत्यादी पदार्थांचा घोटीव लेप दिलेला असून सर्व भिंती नाना प्रकारच्या चित्रांनी व देखाव्यांनी विभूषित केलेल्या असत. [२।८७-८९].

विकृष्ट प्रकारातील ज्येष्ठ नाटकगृह १०८-५४ हातांचे (१६२-८१ फूट) असे. या नाट्यगृहातील मोठ्या आकाराच्या रंगमंचावर 'डिम', 'समवकार' यांसारखे दणदणीत प्रयोग करण्यात येत. विकृष्ट प्रकारातील कनिष्ठ नाट्यगृहांतून भाण, प्रहसन यांसारखी नाटके करीत. पण हे दोन्हीही प्रकार ज्यामध्ये होऊ शकतील व शिवाय

नाटक, प्रकरण इत्यादी प्रकारांतील नाटकेही ज्यामध्ये चांगली होऊ शकतील असे ८०-४० हाताचे (१२०-६० फूट) वर वर्णन केलेले नाट्यगृह सोयीचे असे. ज्येष्ठ नाट्यगृहात कित्येकदा नटांचा आवाज पुरत नसे व प्रेक्षकांनाही नटांचा अभिनय स्पष्टपणे दिसण्यास अडचण पडे. स्वत: भरतमुनीलाही मध्यम नाट्यगृह अधिक प्रशस्त वाटे. 'ज्येष्ठ नाट्यगृहात नटाचा स्वर विकृत होईल व नटाचा अभिनय प्रेक्षकांना दिसणार नाही. या दृष्टीने मध्यम नाट्यगृहच प्रशस्त होय. मध्यमगृहात गेय व पाठ्यही नीट ऐकू येईल.' [२।२।२४].

ही नाट्यगृहे कायमची नसत, असा काही पाश्चात्त्य तज्ज्ञांचा झालेला समज गैर आहे. ही नाट्यगृहे कायम स्वरूपाचीच बांधलेली असत. नाट्यगृहाच्या बांधीव विटांच्या भिंती, त्यातील लाकडी कामावरील कलाकुसर, भिंतींना दिलेला चुन्याचा लेप व त्यावर काढण्यात येणारी चित्रे, प्रेक्षकांकरिता बांधण्यात येणारी विटांची गॅलरी या सर्व गोष्टींवरून भरतमुनी वर्णित नाट्यगृहे पक्की व कायमची बांधली जात असत याबद्दल शंका उरत नाही. पण वरील मुद्द्याला बळकटी देणारा नाट्यशास्त्रातच एक महत्त्वाचा उल्लेख आहे. पात्रांच्या प्रवेश-निर्गमाबद्दल सांगताना अमुक पात्राने दक्षिणेकडून यावे, अमक्याने उत्तरेकडून जावे, असे दिशावाचक निर्देश करण्यात आले आहेत हे उघड आहे. हे नियम सांगून झाल्यावर भरतमुनी सांगतो, 'जिथे प्रेक्षागृह नाही अशा स्थळी बाहेर प्रयोग करून दाखवण्याची राजाज्ञा होईल अशा वेळी वरील नियम पाळताना वाद्यवृंद जिकडे तोंड करून बसलेला असेल ती पूर्व दिशा समजावी व वरील नियम पाळावे.'

यात्रेच्या वेळी किंवा इतर महत्त्वाच्या प्रसंगी राजाच्या आज्ञेने नाटकांचे बाहेर प्रयोग होत. अशा वेळी तात्पुरती रंगपीठे उभारावी लागत. ही रंगपीठे प्रासंगिक असत. म्हणूनच जेथे कायम स्वरूपाचे प्रेक्षागृह नाही अशा ठिकाणी तात्पुरत्या उभारलेल्या रंगमंचावर प्रयोग करण्याचा प्रसंग आला तर ते संकेत कसे पाळावेत याचा खुलासा भरताने आवर्जून केला आहे. एरवी भरताने दिलेले आगम-निर्गमाचे नियम पक्क्या नाट्यगृहासच धरून दिलेले आहेत. तात्पुरते रंगमंच हा नेहमीचा प्रकार नसून तो प्रासंगिक असे, हे ध्यानात घ्यावयास हवे.

प्रेक्षागृहात प्रेक्षकांना बसण्याची जागा पायऱ्यापायऱ्यांच्या गॅलरीसारखी असून ती लाकूड व विटांनी पक्की बांधलेली असे. तिला द्विभूमी म्हणत [२।९५,९६]. बसण्याची अशी व्यवस्था असल्यामुळे समोरच्या प्रेक्षकांची मागच्या प्रेक्षकाला अडचण होत नसे. प्रेक्षकांच्या प्रवेशाकरता पूर्वेकडील भिंतीत मधोमध एक प्रवेशद्वार असे. प्रेक्षागृहाच्या भिंती चुना लावून रंगविलेल्या असत, चित्रांनी विभूषित केलेल्या असत.

आवाजाच्या दृष्टीने नाट्यगृहाची अत्यंत दक्षता घेण्यात येई. 'नाट्यमंडप शैलगुहेसारखा खोल असावा; बसण्याची व्यवस्था द्विभूमी (पायऱ्यांसारखी) असावी; आतल्या लोकांना मोकळी हवा मिळेल; मात्र सोसाट्याचा वारा आत घुसणार नाही अशा प्रकारे बांधलेली असावीत; नटांचा आवाज व वाद्यांचा स्वर जेणेकरून सारखा व गंभीर राहील अशी दक्षता नाट्यगृह बांधताना घ्यावी.' [२।८४-८५].

भरतकालीन नाट्यगृह व नाट्यमंच यांच्या स्वरूपाचे हे स्थूल वर्णन आहे. त्यानुसार आजच्या नाट्यगृहातील रंगमंचावर तो रंगमंच कसा उभारता येईल या दृष्टीनेच हा प्रयत्न आहे. प्रस्तुत रंगमंच भरतमुनी वर्णित रंगमंचाशी प्रामाणिकच आहे. परिस्थितीनुरूप त्यात थोडा बदल करणे अपरिहार्य होते. म्हणूनच तो करण्यात आला आहे. अर्थातच हा बदल तपशिलातला आहे.

दि. ६ जून १९७६
मुंबई

आद्य संस्कृत नाटककार भासाच्या 'प्रतिमा' नाटकासंबंधी

दत्तात्रय गणेश गोडसे

मुंबई मराठी साहित्य संघाच्या नाट्यशाखेतर्फे आद्य संस्कृत नाटककार भास याच्या 'प्रतिमा' या नाटकाचे मराठी स्वैर रूपांतर 'धाडिला राम तिने का वनी?' या नावाने सादर करण्यात येत आहे.

स्वतः भासाने आपल्या नाटकास 'प्रतिमा' हे नाव दिलेले नाही. संशोधकांनी ते दिलेले आहे. 'प्रतिमा' ही संकल्पना वेगवेगळ्या संदर्भात या नाटकात भासाने सूचित केली आहे. त्यावरून या नाटकास 'प्रतिमा' हे नाव संशोधकांनी दिले आहे हे उघड आहे. भासाने या नाटकातील कैकयीचे पात्र अगदी वेगळ्या तऱ्हेने रंगविले आहे. भासकालीन प्रचलित असलेल्या रामकथेस ते धरून असावे. म्हणूनच नंतरच्या रामकथेतील कैकयीहून ते सर्वस्वी भिन्न आहे. ते सांकेतिक, ढोबळ व भडक नाही, तर स्वाभाविक आहे. सूक्ष्म पण निश्चित आहे. कैकयीच्या या वेगळेपणामुळे व प्रस्तुत नाटकात नाटककाराने तिला दिलेल्या महत्त्वामुळे भासकालीन रामायणातील कैकयीवरसुद्धा वेगळा प्रकाश पडून एरव्ही प्रेक्षकांचा रोष ओढवून घेणारे हे पात्र या नाटकात मात्र प्रेक्षकांची सहानुभूती मिळविताना दिसते. भरताला राज्य मागण्याची व रामाला वनवासास पाठवण्याचा आग्रह धरण्याची तिने पुढे केलेली कारणे नुसती नाट्यपूर्णच नव्हे तर तर्कनिष्ठही वाटतात. कैकयीने रामाला वनवासास का धाडले हे या नाटकातील एक कुतूहल आहे. आणि ते कुतूहल कायम ठेवण्याच्या उद्देशानेच 'धाडिला राम तिने का वनी?' असे प्रश्नार्थक नाव या मराठी रूपांतराच्या रंगावृत्तीला देण्यात आले आहे.

भास हा उपलब्ध संस्कृत नाटककारांत आज आद्य नाटककार म्हणून समजण्यात येत असला तरी १९१५ पर्यंत त्याचे एकही नाटक आधुनिक संस्कृततज्ज्ञांना उपलब्ध झाले नव्हते. कालिदास, दण्डी, भवभूती, राजशेखर या संस्कृत साहित्यातील वाग्भटांनी

भासाबद्दल काढलेल्या केवळ गौरवोद्गारांवरून भासाचे अस्तित्व जाणवायचे. त्याची एकही नाट्यकृती संपूर्ण स्वरूपात आधुनिक काळात उपलब्ध नव्हती.

१९१५साली त्या वेळच्या त्रावणकोर संस्थानातील त्रिवेंद्रम येथे प्राचीन संस्कृत ग्रंथांच्या हस्तलिखितांचे संशोधन करणाऱ्या महामहोपाध्याय गणपतीशास्त्री यांना भासाची नाटके उपलब्ध झाली. पद्मनामपुराजवळील एका मठात ताडपत्रावर मल्याळी लिपीत लिहिलेली एक हस्तलिखित पोथी त्यांना उपलब्ध झाली. तीत दहा रूपके म्हणजे नाटके संपूर्ण लिहिलेली आढळली. 'स्वप्नवासवदत्तम्', 'प्रतिज्ञायौगंधरामायण', 'पंचरात्र', 'चारुदत्त', 'हतघटोत्कच', 'अविमारक', 'बालचरित', 'मध्यमव्यायोग', 'कर्णभारम्' व 'उरुभंग' अशी ती दहा संपूर्ण लिहिलेली नाटके होती. शिवाय या दहा नाटकांखेरीज एक अर्धवट सोडून दिलेले नाटकही त्या पोथीत होते. अधिक शोध घेता श्री. गणपतीशास्त्रींना काही दिवसांनी 'अभिषेक' व 'प्रतिमा' ही आणखी दोन नाटके मिळाली. शिवाय अर्धवट सोडून दिलेले 'दूतवाक्य' हे नाटकही उपलब्ध झाले.

महामहोपाध्याय गणपतीशास्त्री यांनी त्रिवेंद्रम संस्कृत ग्रंथमालेत ही भासकृत तेरा नाटके प्रकाशित केली असून ती सारी भास या एकाच नाटककाराची आहेत असे तज्ज्ञांचे सर्वसाधारण मत आहे. प्रस्तुत 'प्रतिमा' हे नाटक त्या तेरांपैकीच एक होय.

भासाचा निश्चित काल कोणता याबद्दल विद्वानांत मतभेद आहेत. त्यांच्या नाटकांतील अंतर्गत पुराव्यांवरून भास हा इ. स.पूर्व चौथ्या शतकात होऊन गेला असावा असे एका विद्वानांचे मत झाले आहे. नाट्यशास्त्र रचणाऱ्या भरतमुनीच्या अगोदर भास होऊन गेला असावा, असे भासाच्या नाट्यरचनेवरून वाटते. भरतमुनीचा काळ भासानंतर इ.स.पूर्व दुसरे शतक असा मानण्यात येतो. भासाने भरतमुनीच्या नाट्यशास्त्रातील अनेक संकेतांचे उल्लंघन केले असल्याचे आढळते. पण भासाच्या वेळीसुद्धा एखादी प्राचीन नाट्यपरंपरा अस्तित्वात होती असे जाणवते. या प्राचीन परंपरेलाच भरतान आपले नाट्यशास्त्र लिहून सुसूत्रता आणली असावी असे वाटते.

भरतमुनीने नाट्यशास्त्रात वर्णन केलेल्या रंगमंचावर प्रस्तुत मराठी नाटक सादर होणार आहे. भरतमुनीची भासकालीन नाट्यपरंपरा पाहता भासाच्या नाटकाचा भरताच्या रंगमंचावर सादर होणारा प्रयोग फारसा विसंगत वाटू नये.

प्रस्तुत नाटकाचे कथानक रामायणाच्या दुसऱ्या व तिसऱ्या कांडांतील घटनांवर आधारित आहे. रामायणाचा काळ निश्चित नाही. महाभारताहून रामायण जुने आहे, असा समज आहे. परंतु पाणिनीच्या (इ.स.पूर्व ६५०) व्याकरणात व पतंजलीच्या महाभाष्यात राम, रामाचे बंधू किंवा दशरथ यांचा निर्देश नाही. पतंजली हा इ.स.पूर्व

१५०च्या सुमारास होऊन गेला. सबब पतंजलीच्या काळापर्यंत राम हा ईश्वरी अवतार मानला जात नव्हता असे दिसते. पाणिनी व पतंजली या व्याकरणकारांनंतर अनेक वर्षांनी झालेल्या अमरकोशकारांनीदेखील विष्णूच्या नावात (कृष्णावताराचा समावेश केलेला असून) रामाचा समावेश केलेला नाही. अमरकोशातील उल्लेखित राम दशरथपुत्र राम नाही तर तो कृष्णाचा भाऊ बलराम आहे.

भासाच्या प्रस्तुत नाटकातील भूमिकांच्या चित्रणावरून भासकालीन रामकथेचे स्वरूप स्पष्ट होते. भासाचा राम मनुष्य आहे. देव नाही. त्याचप्रमाणे भासाचा रावणही मनुष्य असून राक्षस नाही. वाल्मीकीच्या मूळ रामायणात अवताराची कल्पना नाही. रामाने स्वत: देवपणावर हक्क सांगितलेला नाही. भासकालात हे रामायण त्याच्या मूळ स्वरूपातच प्रचलित असावे. म्हणूनच भासाचा राम व रावण व इतर पात्रे मानवी, ऐहिक वाटतात. मनुष्यस्वभावातील चांगले-वाईट सारे गुण त्यांच्याही ठिकाणी आढळून येतात. रामाच्या देवत्वाची कल्पना भासाच्या नंतर अनेक शतकांनी निघालेल्या रामायणाच्या पुनरावृत्तीत रूढ करण्यात आली व त्यानंतरच्या साऱ्याच रामायणांतून ती दृढमूल झाली. रामायणाच्या सांप्रत आवृत्तीचा काळ ख्रिस्तानंतरच्या पहिल्या शतकापर्यंत धरण्यात येतो.

प्रस्तुत नाटकाच्या रूपांतराची संहिता ही 'प्रतिमा' नाटकाचे शब्दश: भाषांतर नाही. भासाची भाषा कमालीची अल्पाक्षरी व गतिमान आहे. कमीतकमी शब्दांत अधिकाधिक अर्थ सूचित करणारी आहे. भासकालीन विशिष्ट भावविश्वाची ती भाषा आहे. इतर कालखंडांत या भाषेचे शब्दश: भाषांतर करून भासास अभिप्रेत असलेला नेमका आशय विशद करणे कठीण आहे. सबब प्रस्तुत संहिता हे 'प्रतिमा'चे शब्दश: भाषांतर नाही, तर ते रूपांतर आहे. आणि रूपांतर करतानासुद्धा अनेक ठिकाणी ते सविस्तर करून नाटककाराचा आशय स्पष्ट करण्याचा प्रयत्न करावा लागला आहे.

अर्थात असे करताना भासाच्या मूळ आशयाला व प्रतिमासृष्टीला कोठेही ढळ लागणार नाही याची शक्य तेवढी काळजी घेण्यात आली आहे. काही ठिकाणी नाट्यघटनांचे स्वरूप उकलण्याकरिता, भूमिकांचे मनोगत अधिक स्पष्ट करण्याकरिता, मुळातील संवाद सविस्तर केले आहेत, तर कोठे मुळात नसलेली स्वगते अंतर्भूत केली आहेत. भासाचा आशय व नाट्य आजच्या प्रेक्षकांस स्पष्ट व्हावे हा उद्देश.

'प्रतिमा' या नाटकाचे कथानक वाल्मीकीच्या रामकथेवर आधारित असले तरी नाट्यरचनेच्या सोयीसाठी भासाने काही घटना स्वत:च्या कल्पनेने नव्या घातल्या आहेत. पहिल्या अंकातील वल्कलांचा प्रवेश, राम-रावणभेट, श्राद्धाच्या निमित्ताने कांचनमृगाचा पाठलाग, सीताहरणाच्या वेळी लक्ष्मणाची अनुपस्थिती, तपोवनातच रामाचा

कैकयीच्या उपस्थितीत करण्यात येणारा राज्याभिषेक या साऱ्याच घटना भासाच्या कल्पनाचातुर्यातून निघाल्या आहेत. भासकालीन भारतीय समाजाच्या सामाजिक व्यवहाराचे, श्रद्धानिष्ठांचे वेगळेच दर्शन त्यामुळे घडते. भासकालात प्रचलित असलेल्या रामकथेचे वेगळे स्वरूपही ध्यानात येते.

कौटिल्य, कालिदास, दण्डी, बाणभट्ट, सर्वानंद, वामन, भामह, वाक्पती, जयदेव, भोज आदी संस्कृत साहित्यकारांनी भासाच्या नाट्यकृतीचा गौरवपूर्ण उल्लेख करून या पहिल्या संस्कृत नाटककाराला मानवंदना दिली आहे.

भासाचे 'प्रतिमा' हे नाटक सात अंकी आहे. या रूपांतरात ते चार अंकांत बसविण्यात आले आहे. पहिले दोन अंक, अंक तीन व चार मिळून दुसरा अंक, पाचवा अंक म्हणजे तिसरा अंक, सहावा व सातवा अंक मिळून चौथा अंक. मूळ संहितेतील काही विष्कंभके अथवा काहींचा आशय प्रस्तुत चार अंकांतच समाविष्ट करून घेण्यात आला आहे.

नाटकाची रंगावृत्ती संगीत करण्यात आली असून पदरचना प्रसिद्ध कवी राजा बढे यांनी केली आहे.

प्रस्तुत नाटकाचा प्रयोग भरतमुनीच्या रंगमंचाचा यथोचित वापर करून अद्ययावत नाट्यमंचावरील सर्व तांत्रिक सोयी राबवून लोकधर्मी अभिनयपद्धतीने सादर करण्यात येणार आहे.

दि. ६ जून १९७६
मुंबई

‘धाडिला राम...’च्या निमित्ताने

अरविंद पिळगांवकर

‘धाडिला राम तिने का वनी?’ हे नाटक मुंबई साहित्य संघाच्या नाट्यशाखेने १९७६ साली सादर केलं. या घटनेला आज तीन दशके होऊन गेली. त्यानंतर १९९४ साली त्याचं पुनरुज्जीवन झालं. राज्य नाट्यस्पर्धेत या नाटकाचा प्रयोग सादर झाला.

कै. दाजी भाटवडेकरांच्या स्मृतिदिनानिमित्त २००९ साली हा प्रयोग पुन्हा एकदा नव्याने सादर झाला. दाजी गेल्यापासून दोन वर्षं हे नाटक करण्याचं घाटत होतं. पण मनासारखे कलाकार मिळत नव्हते, म्हणून प्रयोग होऊ शकला नव्हता. शेवटी २६ डिसेंबर २००९ रोजी दाजींच्या तिसऱ्या स्मृतिदिनी तो योग आला. ह्या प्रयोगाचं दिग्दर्शन आणि संगीत मार्गदर्शन मी केलं होतं. तो बसवताना १९७६ साली दाजींनी बसवलेल्या प्रयोगाच्या असंख्य आठवणी जाग्या झाल्या. नाटकाचे लेखक आणि नेपथ्यकार द. ग. गोडसे, दिग्दर्शक दाजी भाटवडेकर, संगीत दिग्दर्शक पंडित जितेंद्र अभिषेकी, कविवर्य राजाभाऊ बढे, संघाचे तात्या आमोणकर यांच्याबरोबर काम करताना जे अनुभव आले त्याचं हे स्मृतिगुंजन!

१९७५ साली ‘संगीत मृच्छकटिक’ या नाटकाच्या दौऱ्यात मी आयत्या वेळी शर्विलकाची भूमिका केली. त्यानंतर ‘संगीत महाश्वेता’ या गोविंदराव टेंबे यांनी काव्यबद्ध केलेल्या आणि संगीतबद्ध केलेल्या संगीतिकेत मी पुंडरीकाची भूमिका केली. या दोन्हींचं नेपथ्य गोडसेंचं होतं. श्रीमती कान्होपात्रा यांनी चांगल्या चाली सांगितल्या. पण नेपथ्यातील लेव्हल्सचं पथ्य मलाच संभाळावं लागलं. गोडसेसाहेबांशी संवाद साधून ते मी केलं. त्या वेळी मी त्यांचा जो अभ्यास केला तो मला ‘धाडिला...’च्या वेळी उपयोगी पडला. त्यांना कुठलीही गोष्ट विचारपूर्वक करण्याची सवय होती. त्यांच्या मतांच्या बाबतीत ते अत्यंत आग्रही असत. एखादी गोष्ट त्यांना पटवून दिली आणि ती त्यांना पटली तरच ती करायला ते संमती देत असत. अतिशय विद्वान व्यक्तिमत्त्व त्यांचं.

'धाडिला राम तिने का वनी?' नाटकाचं वाचन झालं. स्वत: गोडसेंनीच ते वाचलं. रूपांतरित असल्यामुळे ते थोडंसं क्लिष्ट झालं होतं. नाटक तालमीत गेलं. अभिषेकीबुवांचा पत्ता नव्हता. मी १९६७ ते १९७४ पर्यंत त्यांच्या सहवासात असल्यामुळे त्यांचा स्वभाव मला पूर्णपणे माहीत होता. मी तात्यांना म्हटलं,

''तात्या, तुम्ही लोणावळ्याला जाऊन त्यांना पकडून आणा.''

तात्या हसले. 'बरं, बरं, कळलं' या अर्थी!

दरम्यान गोडसे खूपच अस्वस्थ झाले होते. मला म्हणाले, ''कशाला हवेत तुम्हाला अभिषेकी? तुम्ही (नारायण बोडस, रजनी जोशी, आशा खाडिलकर आणि मी) चांगले गाणारे आहात. तुम्हीच स्वत:च्या चाली करा.''

मी म्हणालो, ''गोडसेसाहेब, असं कसं म्हणता? हे इतकं सोपं नाही. आपण गृहीत धरू की आम्ही चांगले गाणारे आहोत. पण चाली चांगल्या करू शकू का? त्या एकमेकांना पूरक होतील का? सर्वांचा मिळून एकसंध परिणाम होईल का?'' माझं म्हणणं त्यांना पटलं की नाही कोण जाणे! ते काही बोलले नाहीत.

माझ्या म्हणण्याचा पडताळा आल्यामुळे तात्या पुन्हा लोणावळ्याला गेले. या वेळी कबूल केल्याप्रमाणे अभिषेकी आले. आल्याबरोबर त्यांनी डॉ. भालेरावांना सांगितलं की, 'चाली करताना अरविंद मात्र माझ्यासोबत पाहिजे.' त्यामुळे डॉ. भालेरावांनी अस्मादिकांची स्वारी अभिषेकींच्या सेवेत रुजू केली.

बुवांनी पहिलीच चाल केली – 'लेवू कशी वल्कला?' राजाभाऊ बढे यांच्या एकेकाळच्या गाजलेल्या भावगीताचा त्यांनी कायापालट करून टाकला. आशा खाडिलकरला अमृतवर्षिणी रागातलं झपतालात बांधलेलं पद शिकवताना सर्वजण चकित झाले होते. मी हळूच गोडसेंकडे पाहिलं. बुवांच्या बुद्धिमत्तेची झलक मिळाल्याचं त्यांच्या चेहऱ्यावर स्पष्ट दिसत होतं. राजाभाऊंच्या पूर्वीच्या संगीतिकेतल्या गीतांची फाइलच आमच्याकडे होती. 'लेवू कशी वल्कला?', 'मंद मंद ये समीर', 'कधी भेटेन वनवासी', 'आले रे बकुळफुला' ही एकेकाळी गाजलेली भावगीतं. त्यांना नवीन साज चढवायचा म्हणजे संगीत दिग्दर्शकाला आव्हानच होतं. पण बुवांनी ते सहज पेललं. काही भावगीतांना चाली दिल्यावर पौराणिक नाटकात शोभून दिसतील अशी काही चिजांवर आधारित गाणी लिहून देण्याची विनंती बुवांनी राजाभाऊंना केली. रामाची गाणी आणि कैकयीची पदं रामायणकालीन प्रसंगांना शोभतील अशीच झाली. याबद्दल राजाभाऊ थोडेसे नाराज होते. कवीही मोठा होता आणि संगीत दिग्दर्शकही मोठा होता. मी राजाभाऊंना म्हटलं,

''तुमची सर्व गाणी चांगलीच आहेत. ती एकेकाळी गाजलेलीही आहेत. आता त्यावर अभिषेकींच्या चालीची मोहर उमटल्यावर त्यांना एक वेगळं 'अभिषिक्त रूप' आलंय. शिवाय विषय संस्कृतप्रचुर असल्यामुळे अभिजात संगीतावर आधारित पदं

असणं आवश्यक आहे. तुमच्या काव्याचा अनादर करण्याचा हेतू नाही.''

अभिषेकी येण्याच्या आधी गोडसेंनी गाणी घालण्याच्या जागा पक्क्या करून टाकल्या होत्या. राजाभाऊंनी लिहिलेली गीतं त्यात घालूनही टाकली होती. अर्थात त्यात बराच बदल करावा लागला. प्रतिमागृहाच्या प्रवेशात प्रत्येक राजाची ओळख करून देताना साकी साकी असं लिहिलं होतं. कैकयीबरोबरच्या प्रवेशात 'तुज म्हणू कसे मी जननी?' हे पद भरताच्या तोंडी होतं.

मी दाजींना म्हटलं, ''या प्रवेशात गाणी आली तर सगळ्या प्रवेशाचा विचका होईल.''

शेवटी ते सगळं गोडसेंना मलाच पटवून द्यावं लागलं. कैकयी आणि भरत यांच्या पदांच्या जागा गोडसेंना विचारून नक्की केल्या. साक्या रद्दबातल ठरवल्या हे ठीक. पण 'धाडिला राम का तुवा वनी?' हे पद—ज्या पदावरून नाटकाला नाव दिलं—तेच कट झालं! त्या गडबडीत अभिषेकीबुवांनी त्या पदाला चालही लावली. पटवापटवी करण्यात आतापर्यंत मी पटाईत झालो होतो.

मी गोडसेंना म्हटलं, ''तिसऱ्या अंकात मला पद नाही. कारण 'कधी भेटेन' दुसऱ्या अंकात आणलंय. हे गाण कट केलंय खरं, पण तिसऱ्या अंकात कैकयीकडे जाताना या गाण्यावर एक्झिट घेतली तर ते जास्त परिणामकारक होईल.''

ते प्रत्यक्ष करून दाखवल्यावर ते त्यांना पटलं. फक्त मूळ पद डायरेक्ट होतं ते इनडायरेक्ट करावं लागलं ते असं – 'तिज म्हणू कसे मी जननी, धाडिला राम का तिने वनी?' आणि नाटकाचं नाव सार्थ ठरलं!

नाटक आकार घेऊ लागलं. दाजी गद्यावर आणि अभिषेकी संगीतावर खूप मेहनत घेत होते. बऱ्याच वर्षांनी संघाची स्वतंत्र कलाकृती रंगमंचावर येणार होती. नाटकाची नांदीही वेगळी म्हणजे सरस्वती-वाग्देवीची होती. साक्या वगळल्या असल्या तरी तो विषय डोक्यातून गेला नव्हता. भरत रामाला भेटायला नंदीग्राम आश्रमात येतो आणि बाहेरून आपल्या येण्याची सूचना देतो. या प्रसंगात साकीचा वापर केला तर तो शोभून दिसेल असं मला वाटलं. म्हणून संहितेमधल्या त्या गद्य भागाचं मी साकीत रूपांतर करून बुवांना म्हणून दाखवलं. ते दाजींनीही ऐकलं. ही कुणकुण तात्यांच्या कानांवर गेली. एकदा तालमीत रात्री दहा वाजता तो प्रसंग आला तेव्हा तात्या म्हणाले,

''अरे, तू काय साकी केलीस म्हणे? आज म्हण तरी.''

तालीम पाचव्या मजल्यावर पुरंदरे सभागृहात होती. रात्रीची शांत वेळ होती. मत्तवारणी हॉलच्या दारासमोरच होती. उच्च स्वरातली साकी सुरू होताच समोरच्या चाळीतले झोपण्याच्या तयारीत असलेले चाळकरी धडाधड खिडक्या उघडून काय झालं म्हणून बघू लागले. साकी योग्य ठिकाणी वापरली गेल्याची ती दाद होती!

'कधी भेटेन वनवासी' हे भरताचं हळुवारपणे मनोगत व्यक्त करणारं गाणं गोडसेंनी चौथ्या अंकात टाकलं होतं. दुसऱ्या अंकात रामाची भेट झाल्यावर हे पद पुढे म्हणणं योग्य नव्हतं. मी ते दुसऱ्या अंकात आणलं. रामाच्या भेटीसाठी आसुसलेला भरत आश्रमाच्या परिसरात येतो, त्या प्रसंगात मी त्या गाण्याची योजना केली. गाण्याला बुवांनी चाल लावली. मूळ केरव्यातलं भावगीत. चाल छान होती. पण ती दोन ओळींच्या पुढे जाईच ना. तिथल्या तिथेच फिरू लागली. बुवा जे काही शिकवतील त्यावर विचार करून ठेवायचा, अशी मला पूर्वीपासूनच सवय होती. घरी विचार करता करता केरव्याऐवजी रूपक तालात बांधलं तर जास्त परिणामकारक होईल असं मला वाटलं. तसं मी बुवांना म्हटलं. तर ते म्हणाले,

''डोकं फिरलंय काय तुमचं? केरव्याचं वजन आहे ते! रूपक कसं होईल?''

मी म्हटलं, ''म्हणून दाखवू का?''

त्यांना माझा अनुभव असल्यामुळे परवानगी मिळाली. मी दोन ओळी रूपकमध्ये म्हटल्यावर बुवांनी भराभर पुढची चाल बांधली. तोलूनमापून जे झालं नसतं ते सहजपणे होऊन गेलं. चाल इतकी प्रसंगानुरूप झाली की सर्वसामान्य प्रेक्षकांना तिचा मोह पडतोच, पण सुधीर फडके आणि सी. रामचंद्रांसारखे प्रथितयश संगीत दिग्दर्शकदेखील या चालीच्या प्रेमात पडले.

भरत आणि कैकयीची गाणी बदलाबदली केल्यामुळे ठराविक अंतराने यायला लागली, पण राम आणि सीतेची चार गाणी गोडसेंनी ठरवली होती तशीच राहिली होती. सीतेचं पहिलं पद, नंतर रामाची दोन पदं आणि मग सीतेचं दुसरं पद अशी चार पदं अर्ध्या तासाच्या अंतरात यायची.

डॉ. भालेराव म्हणाले, ''भरत आणि कैकयीची पदं बरोबर वाटतात पण राम आणि सीतेची पदं एकापाठोपाठ लगेचच येतात.''

आता यावर उपाय काय? गोडसे हजर असताना बदल करणं शक्यच नव्हतं. एकदा गोडसे तालमीतून लवकर गेले. त्याचा फायदा घेऊन रामाचं दुसरं पद पुढे ढकलावं असं मी दाजींना सुचवलं. म्हणजे एक सीतेचं, दुसरं रामाचं, तिसरं सीतेचं आणि काही वेळाने रामाचं दुसरं पद असा क्रम लागला. गाण्यातली गॅपही वाढली. तालीम सुरू झाली. रामाने (नारायण बोडस) नव्या जागी पद म्हणायला सुरुवात केली आणि अचानक मघा बाहेर गेलेले गोडसे परत आले. आल्या आल्या त्यांनी जमदग्नीचा अवतार धारण केला.

''हे पद इथं कसं आलं? माझा नाटकाशी काही संबंध नाही. मी चाललो.''

इथपर्यंत प्रकरण आलं. त्यांना समजावता समजावता नाकी नऊ आले. ''गाणी जवळ जवळ येतात तर हे गाणं कट करा,'' असं बजावून ते निघून गेले. शेवटी सुंदर चाल असलेलं ते पद कट करावं लागलं. नंतर मी गोडसेंना म्हटलं,

"तो राम बिचारा मवाळ आहे म्हणून त्याने ऐकलं. मी राम असतो तर माझं गाणं कट करायला दिलंच नसतं."

अर्थात काही प्रयोगानंतर ते पद घ्यायला सुरुवात केली. गोडसेंनीही ते मान्य केलं.

दाजींनी नाटक सर्व कौशल्य पणाला लावून बसवलं होतं. ते स्वत: दशरथाची भूमिकाही उत्कृष्ट करीत. मूळ संस्कृत नाटकाचा अभ्यास असल्यामुळे त्यात त्यांनी इतरही रंग भरले. सर्व नाटक बसत आलं होतं, परंतु एक प्रवेश—जिथे भरत रामाकडून पादुका मागून घेतो—बसवायचा राहिला होता.

मी दाजींना म्हटलं, "दाजी, सगळं नाटक बसलं पण या एका प्रवेशाला तुम्ही हातच लावलेला नाही." तर ते म्हणाले, "मला त्यात काय करायचं तेच सुचत नाही." मी म्हटलं, "अहो, असं कसं चालेल? हा प्रवेश तर महत्त्वाचा आहे. ठीक आहे. आम्ही उभं राहून आमच्या मनाने काहीतरी करतो. तुम्ही पाहा आणि मग ठरवा काय करायचं ते!"

तालीम सुरू झाली आणि 'कधी भेटेन'पासून सुरू झालेला प्रवेश इतका भावनाप्रधान व्हायला लागला की सर्वांच्याच डोळ्यांत अश्रू उभे राहिले.

तिसऱ्या अंकात रामाच्या आश्रमात रावण येतो आणि रामाला दूर पाठवून सीतेचं हरण करतो असा प्रसंग होता. रावण संगीतात प्रवीण होता. म्हणून त्याला संगीत घालायला वाव होता. रावण होता रवींद्र बेर्डे. तो आकाशवाणीवर शास्त्रीय संगीताच्या विभागामध्ये नोकरीला असल्यामुळे अभिषेकांना वाटलं की त्याला गाणं येतंय. मी अभिषेकांना म्हटलं,

"अहो, त्याचा गाण्याशी काही संबंध नाही. तो 'असूर' आहे."

तर म्हणाले, "त्याचा आवाज छान धारदार आहे. मी त्याच्याकडून बसवून घेतो."

राजाभाऊंनी साक्या केलेल्या होत्या. रावण संगीत असावं हा त्यांचा आग्रह होता. रावणाची संगीत तालीम सुरू झाली. सुरात गाईल तो रवींद्र कसला! बुवांनी सा म्हणायला सांगितला की त्याच्या थोडं अलीकडे पलीकडे असाच आवाज लावायचा. दोन दिवसांनी अभिषेकी म्हणाले, "छे! छे! याला गाणं शिकवता शिकवता मी माझं गाणं विसरून जाईन."

रावण गद्य झाला आणि प्रेक्षक एका मोठ्या संकटातून वाचले!

नाटक छान बसलं होतं. पहिल्या प्रयोगासाठी दाजींनी नाना गवंडेंना एक चांगलासा मुहूर्त काढून आणायला सांगितलं. त्यांनी ६ जूनला ६.२५चा अमृतसिद्धियोग असलेला मुहूर्त काढून आणला. संध्याकाळी डॉक्टर भालेरावांना हे कळल्यावर त्यांची नेहमीप्रमाणे प्रतिकूल प्रतिक्रिया! "काय हे? माणूस चंद्रावर गेला. तुम्ही अजून मुहूर्त कसले पाहता? मुहूर्त म्हणजे ऑड वेळ ना? मी तुम्हाला दोन

मुहूर्त देतो. दुपारी ३.५५ आणि रात्री ८.३५. एकाच दिवशी दोन प्रयोग.''

'संगीत सौभद्र' नाटक अमृतसिद्धियोगावर रंगभूमीवर आलं आणि गेली १२७ वर्षं चालूच आहे. आम्ही एका दिवशी दोन प्रयोग केले खरे पण अमृतसिद्धियोग काही आम्हाला साधता आला नाही. काही दिवसांनी नाना गवंडे म्हणाले, ''ज्योतिषाने मुहूर्त काढून दिला होता, त्याचबरोबर रांडेच्याने हेही सांगितलं होतं की तुम्ही तो साधू शकणार नाही.'' हाही एक योगायोगच!

तालमी संध्याकाळी चालायच्या. मी मात्र बुवांबरोबर सकाळपासून बसत असल्यामुळे सकाळी नऊ ते रात्री अकरापर्यंत माझा मुक्काम साहित्य संघात असायचा. मी 'धाडिला राम'मय होऊन गेलो होतो. दुपारी बुवांना लंचला न्यायची जबाबदारी माझ्यावरच होती. सुधीर ठाकूरही बरोबर असायचा. संध्याकाळी इतर कलाकार आले की गद्य आणि संगीताच्या तालमी चालायच्या.

'धाडिला राम...'चे प्रयोग चालू होते तेव्हाची गोष्ट. एकदा तात्या आणि मी गप्पा मारत बसलो होतो. तेव्हा बाळ कोल्हटकर काही कामासाठी संघात आले होते. गप्पांच्या ओघात 'धाडिला...'चा विषय निघाला. कोल्हटकर म्हणाले,

''काय तात्या, केवढं मोठ्ठं नाव! धाडिला राम तिने का वनी?''

तात्या म्हणाले, ''त्याचं मूळ संस्कृत नाव 'प्रतिमा' असं आहे. पण त्यामुळे विषय काय आहे हे समजत नाही. म्हणून विषयाला साजेल असं थोडंसं लांबलचक नाव दिलं आहे.''

''ते खरं आहे, पण तुम्ही क्रियापदापासूनच नाव सुरू केलंत हे काही बरोबर नाही.'' इति बाळासाहेब.

''म्हणजे काय?'' तात्यांनी विचारलं.

''अहो, धाडिला राम तिने का वनी? म्हणजे क्रियापदापासून सुरू नाही का?''

तात्या शांतपणे म्हणाले, ''काय करणार? आम्ही मोठ्यांचं अनुकरण करतो.''

''म्हणजे काय?'' बाळ कोल्हटकरांनी विचारलं.

''वाहतो ही दूर्वांची जुडी!''

तात्यांच्या जुडीतली डी पूर्ण व्हायच्या आधीच बाळ कोल्हटकर केळेवाडीच्या नाक्यापर्यंत पोचले होते.

या नाटकाचा नायक भरतच आहे. त्यामुळे म्हणा किंवा दाजींनी आणि अभिषेकांनी मला घडवायला जी मेहनत घेतली त्यामुळे म्हणा, माझी भूमिका दोन्ही आघाड्यांवर छान झाली. सर्वांनी कौतुक केलं. गोडसे स्वत: माझ्या कामावर खूश होते. त्यांना जेव्हा साहित्य संघातर्फे देण्यात येणारा नेपथ्याचा पुरस्कार घोषित केला गेला तेव्हा मी त्यांना एक अभिनंदनपर पत्र पाठवलं होतं. त्याला त्यांनी जे उत्तर पाठवलं ते अत्यंत बोलकं आहे. जे आवडलं ते आवडलं, नाही ते नाही, ही गोडसे वृत्ती त्यात

स्पष्ट दिसते. त्याच्यात त्यांनी माझ्या भूमिकेला जी दाद दिली आहे, ती मला अत्यंत मोलाची वाटते.

९, सनी साइड, जिमखाना रोड *दि. ३१.१०.१९८८*
माटुंगा, मुंबई ४०० ०१९

प्रिय मित्र अरविंद पिळगांवकर यांस,
सादर आणि सप्रेम नमस्कार

आपले हार्दिक शुभेच्छेचे पत्र मिळाले आणि फार फार आनंद झाला. माझ्या परिचयाच्या नटमित्राने मला आवर्जून पत्र लिहावे असे तुम्ही एकटेच नटमित्र. सबब तुमच्या पत्राने एक वेगळाच आनंद झाला आणि महत्त्वाचे म्हणजे रंगमंचावरचा नट आणि त्याच्या मागे असलेले नेपथ्य ह्यांच्या परस्पर जिव्हाळ्याचे असलेले नाते आणि ह्या नात्याची जाण असलेला नट ह्यांचे एक वेगळेच हृद्य दर्शन घडले! नेपथ्यकाराला त्याच्या नेपथ्याबद्दल एरव्ही प्रेक्षकांकडून दाद मिळतेच. नाट्यसमीक्षकांकडूनही मिळते. पण सहसा नटमंडळींकडून मिळत नाही. बहुधा त्यांना वाटत असावे की नाटकाचा प्रयोग रंगतो तो आपल्या कामामुळे! अर्थात हे मान्य करायलाच हवे. याबद्दल दुमत नाही. तरीही सूक्ष्म कुठेतरी जाणवत असते की नाटकाच्या रंगतीत नेपथ्यकाराच्या कर्तृत्वाचा थोडा का होईना भाग आहेच. आज तुमच्या पत्राने ही दाद मिळाली म्हणून तुम्हाला विशेष धन्यवाद! आनंद झाला!!

तुमचे काम असलेली दोन नाटके केली. ह्या दोन्ही नाटकांचे नेपथ्य व वेषभूषा मी केली होती. वेषभूषेच्या बाबतीत माझा अनुभव असा की नेपथ्यकाराने दिलेला वेष रंगभूमीवर अंगावर पेलणे आणि अभिनयात राबविणे ही सहज गोष्ट नसते! पण माझ्या दोन नाटकांच्या बाबतीत मात्र तुम्ही सहज शक्य करून दाखवलीत. 'धाडिला राम तिने का वनी?'मधला तुमचा भरत, नुसत्या तुमच्या एण्ट्रीनेच, तो भरत असल्याचा प्रत्यय क्षणार्धात प्रेक्षकांना देत असे. माझे मित्र म्हणाले, 'अहो गोडसे, भरत हा अरविंद पिळगावकर आहे हे पहिली दहा मिनिटे माझ्या लक्षातच आले नाही.' माझ्या मते वेषभूषा आणि नेपथ्यकाराला मिळणारी दाद यापेक्षा अधिक समर्पक कोणती असू शकेल? योगायोग असा की भासाच्या ह्या अनोख्या नाटकाचे रूपांतरही मीच केले. ह्यामुळे तर 'धाडिला राम तिने का वनी?'मधला भरत मी आतून-बाहेरून पूर्ण ओळखत होतो. म्हणून मुद्दाम सांगायचे हेच की मला जाणवलेला भरतच नव्हे, तर स्वत: नाटककार भासाला 'भावलेला' भरत तुम्ही जवळ जवळ दोन हजार वर्षांनंतर (इ.स.पूर्व तिसरे-चौथे शतक हा भरताचा काळ) मराठी रंगभूमीवर उभा केलात! असे

इतर कोणाला जाणवले नाही तरी नेपथ्यकार म्हणून मला नक्कीच जाणवले आणि फार समाधान वाटले.

भासाच्या ह्या नाटकाची गंमत अशी की एरव्ही समजण्यात येतो, तसा ह्या नाटकाचा नायक 'राम' नसून 'भरत' आहे! सूक्ष्म शोध घेतला तर नाटकातील अनेक घटना, संघर्ष, अटीतटीचे प्रसंग भरताच्या संदर्भात नाटककार भास यानेच कल्पिलेले आहेत असे स्पष्ट जाणवते. भरताच्या मानाने या नाटकातला रामसुद्धा 'मवाळ' वाटतो आणि लक्ष्मण आततायी ठरतो. नंतर रामसेवक झालेल्या मारुतीचा तो आधीचा निष्ठावंत 'रामदास' वाटतो. पण भरत मात्र ह्या नाटकाचा खरा नायक आहे. तो धीरोदात्त तर आहेच. पण तेवढाच कर्तव्यनिष्ठही आहे. कैकयीशी त्याचा संवाद जेवढा स्फोटक आहे तेवढाच आश्रमाच्या प्रवेशात तो हृद्य आहे.

रूपसौष्ठवाने, व्यक्तिमत्त्वाने फार काय आवाजानेसुद्धा तो एवढा राम आहे की आश्रमात त्याच्या प्रथम भेटीच्या वेळी सीतेलासुद्धा क्षणभर तो राम असल्याचा भास होतो. यात भासाचे सूक्ष्म नाट्यकर्तृत्व दिसते.

पण आपण सारेच असे रामभक्त असतो की 'धाडिला राम तिने का वनी?'चा नायक राम नसून भरत आहे हे दिग्दर्शकाच्याही ध्यानात आलेले दिसले नाही. आणि तुम्हाला भरताची भूमिका मिळाली. तुम्ही या भूमिकेला खरा न्याय देऊन अत्यंत प्रभावी आणि यशस्वी केलीत. याबद्दल तुमचे अभिनंदन! नेपथ्यकार सर्वच पात्रांची वेषभूषा करीत असला तरी त्याच्या आवडीची काही पात्रे असतातच. तुमची भरताची भूमिका ही त्यातली एक. तुम्ही ह्या भूमिकेला संपूर्ण न्याय दिलात हे माझे स्वतःचे मत!

तशाच 'बावनखणी'मधल्या तुमच्या दोन वेगवेगळ्या भूमिका तुम्ही फार वेगळेपणाने उभ्या केल्यात यात वाद नाही. विशेष म्हणजे सुखदेवमध्ये तुम्ही जसे सुखदेव, एक पेशवेकालीन गायक, दिसलात तेवढेच सही सही बाजीरावही शोभलात. एक मार्मिक प्रेक्षक म्हणाला, 'दुसऱ्या बाजीरावाची एवढी ओरिजनल, अस्सल वेषभूषा आम्ही 'बावनखणी'त प्रथमच पाहिली. तुम्ही त्याचे नेहमीचे लाल, पुणेरी पागोटे बाद केलेत. हे चांगले नव्हे तर इतिहासनिष्ठ झाले.' यालाच मी समंजस प्रेक्षकांची दाद म्हणतो!

दुसरी अशीच सामावलेली ऐतिहासिक भूमिका म्हणजे शशिकांत निकते यांची थोरले माधवराव यांची 'श्रीची इच्छा'मधली भूमिका. पुण्याच्या पहिल्या प्रयोगाला थोरल्या माधवरावांनी पहिली एण्ट्री घेतली तेव्हाच प्रेक्षकांनी कडाडून टाळी दिली. ऐतिहासिक चित्राबरहुकूमच मी माधवरावांची वेषभूषा योजली होती. या वेषभूषेत जितके सही सही माधवराव दिसायचे आणि कामही माधवरावांच्या तडफेने करायचे

यात वाद नाही! चांगल्या दागिन्यांचे श्रेय सोनाराचे असते हे मान्य. तरीही मूळ सोन्याचा गुणही नाकारता येत नाही.

माझ्या मते नेपथ्यकार हा फक्त बॅक स्टेज आर्टिस्टच असतो. मिस्त्री, पेंटर आणि नेपथ्य प्रत्यक्ष रंगमंचावर लावणारे यांच्या सहकार्याशिवाय तो काहीही करू शकत नाही. यांचे सहकार्य मला नेहमीच मिळाले हे माझे भाग्य! नेपथ्यकार म्हणून माझ्या यशात यांचा सिंहाचा वाटा आहे हे मी जाणून आहे. म्हणूनच मी साहित्यसंघांचा आणि इतर संस्थांचा सत्कार नाकारला व साहित्यसंघातील समारंभाला हजर राहिलो नाही. आधी मी माझी भूमिका स्पष्ट कळविली असूनही त्यांनी माझा सत्कार (एकट्याचा) जाहीर केला याला मी जबाबदार नाही. असो.

पत्र लांबले. ग्वाल्हेरहून परत आल्यावर भेटूया! पत्राबद्दल धन्यवाद.

सर्वांना नमस्कार,

कळावे,

आपला

द. ग. गोडसे

(साहित्य, दिवाळी २०१०)

अंक १

नांदी (राग केदार आणि हिंदोल)

जयतु जयतु वाग्देवी, रुचिरमंद विमलहास्य
देई साद वर प्रसाद, प्रथम ललित पदन्यास ।।धृ।।
भास रचित नाट्यचरित, इक्ष्वाकू कुलविकास
या प्रतिमा अप्रतिमा, चतुर भाव चित्रभास ।।१ ।।
भावरम्य अभिनयता, दर्शविता अभिनवता
सुख वितरो नाट्यकृती मान्य रसिक जनमनास।।२ ।।

[राजप्रासादात कोणत्यातरी उत्सवाची तयारी चालली आहे. कंचुकी, दासदासी आणि इतर सेवकजन धांदल-गडबडीत आहेत. कोणी वस्तूंची ने-आण करीत आहेत, कोणी पताका लावीत आहेत. कोणी दरवाजांवर फुलांची तोरणे बांधत आहेत... कोणी काही...कोणी काही. एकदर वातावरण धामधुमीचे, गर्दीगोंधळाचे, उत्सवी उत्साहाचे आहे.]

(अर्थात हे भासाच्या मूळ संहितेत नाही, ते संहितेतील संवादाचा आशय लक्षात घेऊन आम्ही कल्पिले आहे.)

[राजप्रासादात ही धामधूम चालू असतानाच दशरथाची प्रतिहारी, कंचुकी संभावक यांसमवेत घाईघाईने रंगमंचावर प्रवेश करते. प्रतिहारीसुद्धा उत्सवी उत्साहातच आहे.]

प्रतिहारी : (घाईघाईने प्रवेश करून... इकडे तिकडे चौकस दृष्टीने पाहून मोठ्याने विचारते.) आर्य, कंचुकींपैकी इथं कोणी उपस्थित आहे का?

कंचुकी : (घाईघाईने समोर येऊन नम्रपणाने) श्रीमती मी इथंच आहे. काय काम आहे?

प्रतिहारी : आर्य, देवासुरसंग्रामात ज्यांचा रथ सदैव अप्रतिहत फिरला, त्या महारथी दशरथमहाराजांची आज्ञा आहे. युवराज रामचंद्रांना राज्याभिषेक व्हावयाचा आहे. राज्याभिषेकाची सारी सामग्री आणून ठेवावी.

कंचुकी : श्रीमती, महाराजांनी आज्ञा केल्याप्रमाणे सर्व काही यथोचित सिद्ध आहे. छत्र, विंझणे, चामरे, भेरी, सिंहासन इत्यादी सगळ्या वस्तू आणून ठेवल्या आहेत. पवित्र तीर्थांवरचे उदक आणून त्यात दर्भ व पुष्पे ठेवलेले हेमकुंभ सिद्ध आहेत. राजद्वारावर पुष्परथ सज्ज आहेत. राजवाड्याच्या अंगणात अमात्य आणि सर्व मंत्री नगरजनांसह उपस्थित आहेत. वेदमूर्ती कुलगुरू भगवान वसिष्ठ वेदीवर स्थानापन्न आहेत.

प्रतिहारी : एवढी तयारी झाली असेल तर उत्तमच आहे.

कंचुकी : किती आनंद आहे! किती संतोष आहे! श्रीमती, भूलोकीच्या राम नावाच्या या चंद्राला राज्याभिषेक करून भूमिपालक दशरथमहाराज सर्व प्रजेला कृतकृत्य करणार आहेत... आनंद आहे. संतोष आहे.

प्रतिहारी : त्वरा करा... त्वरा करा... उरलेली व्यवस्था पूर्ण करा!

कंचुकी : श्रीमती हा निघालोच...[कंचुकी तातडीने जातो.]

प्रतिहारी : (शेजारी उभ्या असलेल्या संभावकास उद्देशून) आर्य संभावक, आपणही जा आणि महाराजांच्या सांगण्याप्रमाणे आर्यपुरोहितांना सन्मानाने घेऊन या. त्वरा करा. [संभावक जातो. प्रतिहारी रंगमंचाच्या दुसऱ्या टोकास जाऊन हाक मारते.] सारसिके, तू तिकडे काय करते आहेस? [सारसिका येते.] संगीतशाळेत जा आणि या प्रसंगाला साजेल अशा एखाद्या नाट्यप्रयोगाची तयारी ठेवायला सांग.

सारसिका : जशी श्रीमतींची आज्ञा.

प्रतिहारी : राज्याभिषेकाची तयारी बहुतेक सिद्ध झाली आहे, असं मीही महाराजांना जाऊन सांगते. [जाते.]

[अवदातिका येते. कसल्यातरी गोंधळात सापडल्यासारखी तिची मुद्रा आहे. तिच्या हातात वल्कलांची घडी आहे. ती लपवण्याचा ती प्रयत्न करीत आहे, हळूच चोरपावलांनी येऊन इकडे तिकडे बघत ती मत्तवारणीत येऊन उभी राहते. कोणी आपल्याला बघितले की काय याचा कानोसा घेऊन डाव्या बाजूच्या मत्तवारिणीत येऊन उभी राहते. आपल्या हातांतील वल्कलांची घडी पाहते. पुन्हा साशंक नजरेने कानोसा घेते व मत्तवारणीसमोर उभी राहून स्वत:शीच हसून] काय गंमत आहे पाहा! (वल्कलांकडे पाहून) निव्वळ थट्टा म्हणून ही वल्कलं मी संगीतशाळेतून पळवून आणली. पण ह्या कृत्याची मनातून माझी मलाच किती भीती वाटते आहे.

मी काही ती चोरून आणली नाहीत, तरीही छाती धडधडते आहे. मग जाणूनबुजून दुसऱ्याच्या वस्तूचा अपहार करणाऱ्याच्या मनाची स्थिती काय होत असेल? (हसत) खरं म्हणजे मला मनापासून हसूही येत आहे. पण स्वतःच स्वतःशीच कसं हसायचं बाई?

[एवढ्यात परिवारासह सीता येते. गोंधळलेल्या अवदातिकेला पाहून ती मधेच थांबते आणि तिच्याबरोबर असलेल्या दासीला विचारते.]

सीता : हञ्जे...अवदातिका गोंधळलेली दिसते नाही? काय कारण असेल बरं?

दासी : देवी, दासीजनांकडून काहीतरी प्रमाद हा घडायचाच. नक्कीच काहीतरी चूक झाली आहे तिच्याकडून.

सीता : काहीतरी चूक झाली आहे असं तुला वाटतं? मला वाटतं तिनं कोणाची तरी खोडी काढली आहे. (समोर येऊन) अवदातिके!

अवदातिका : (समोर येऊन) देवींचा जय असो! देवी खरंच मी अपराधी नाही. [हातांतील वल्कले डाव्या हातात घेऊन मागे लपविते.]

सीता : (हसून) अग कोण म्हणतं तू अपराधी आहेस? (अवदातिकेकडे निरखून पाहून) पण काय ग? तुझ्या डाव्या हातात काय आहे?

अवदातिका : (गोंधळून) हां... हां... ही होय? देवी, ही वल्कलं आहेत.

सीता : (आश्चर्याने) वल्कलं? वल्कलं ग कुठून आणलीस? [अवदातिका काही बोलत नाही.] सांग ना कुठून आणलीस ही वल्कलं?

अवदातिका : ऐकावं देवींनी. संगीतशाळेतल्या रंगपटातील ती रेवा आहे ना...

सीता : बरं मग?

अवदातिका : आता आमच्या नाट्यप्रयोगाची तालीम संपल्यावर, रंगमंचावर ठेवलेलं अशोकवृक्षाचं एक लहानसं रोपटं मी तिच्याकडे मागितलं, पण तिनं ते दिलं नाही. तिची चांगली खोड मोडावी म्हणून कपडेपटातील ही वल्कलं मी पळवली.

सीता : छे छे! हे मात्र वाईट केलंस, अवदातिके... जा आणि ती परत नेऊन ठेव!

अवदातिका : देवी, मी काही ती चोरून आणली नाहीत. तिची थोडी गंमत करावी म्हणूनच मी ती आणली आहेत.

सीता : अग खट्याळ पोरी... जा - जा! ती परत नेऊन ठेव जागेवर.

अवदातिका : जशी आज्ञा! [प्रणाम करून जाऊ लागते. सीतेची दृष्टी वल्कलांकडे जाते.]

सीता : पण थांब... (थोड्या विचाराने) जरा इथं परत ये बघू. (अवदातिकेच्या हातांतील वल्कलांकडे बघून) काय ग? माझ्या अंगावर कशी दिसतील ग ही

वल्कलं? खरंच कशी दिसतील?

अवदातिका : तुमच्या अंगावर? (घाबरून) अगबाई!

सीता : अग सांग ना कशी दिसतील!

अवदातिका : देवी, हे काय विचारणं झालं? जातीच्या सुंदरांना काहीही शोभतं. वाटलं तर...नेसून बघावीत ती देवींनी.

सीता : खरं? आण तर (सीता वल्कले नेसते. दासी तिला मदत करते. पण नीट जुळत नाही.) छे! काहीच जुळत नाही.

(गाणे... राग अमृतवर्षिणी)

लेवू कशी वल्कला ते जुळे न बाई मला ।। धृ ।।
नीट निवीची गाठ न जुळते नीरीवरती नीरी न मिळते
कटीवरून सरते ओघळते, असो वरी मेखला ।। १ ।।
हवी कशाला मणी-भूषणे जवळी असता अहेव लेणे
डागतील मज सये दागिने माळिन चंपकफुला ।। २ ।।

अवदातिका : (आनंदाने) किती शोभतील तुम्हाला ती! तुमच्या अंगावर ती फारच खुलून दिसतील! अगदी सोन्याने उजळून काढल्यासारखी!

सीता : अग तोंडाला येईल ते काय बोलतेस?

चेटी : देवी, काही बोलण्याची गरजच नाही. आनंदाने अंगावर उठणारे हे रोमांचच सांगताहेत.

सीता : हञ्जे, आरसा आण पाहू.

चेटी : थांबा मी आरसा घेऊन येते. [जाते. तोपर्यंत सीता आणि दासी वल्कले नीटनेटकी करतात.]

अवदातिका : देवी, युवराजांनी आपल्याला वल्कलं नेसलेलं पाहिलं तर?

सीता : काही होत नाही. पाहू त्यांच्या लक्षात येतं का ते?

[चेटी आरसा घेऊन येते पण परतल्यानंतर तिचा चेहरा आनंदाने अधिकच फुलला आहे.] देवी हा आरसा.

दासी : आनंदाची वार्ता, देवी. आनंदाची वार्ता!

सीता : (तिच्या फुललेल्या चेहऱ्याकडे लक्ष जाऊन) काय ग? आरसा आणायला तिकडे गेलीस तेवढ्यात तिकडे असं काय विशेष घडलं? तुझा चेहरा एवढा का फुलला का?

चेटी : हा आरसा आणला आहे देवी.

सीता : आरसा बाजूला ठेव. तुझा चेहरा पाहून वाटतं तुला काही सांगायचं आहे.

आणि काही लपवते पण आहेस. काय सांगायचं आहे?

चेटी : अगदी खरं देवी! आता मी हे तिकडे ऐकलं...

सीता : काय ऐकलं?

चेटी : कंचुकी बलाकी आहे ना, राज्याभिषेक...राज्याभिषेक असं तो काही म्हणत होता.

सीता : (हसून) हात्तिच्या एवढंच ना! राज्याभिषेक म्हणजे कोणीतरी राजा म्हणून कोणत्यातरी सिंहासनावर बसणार इतकंच. त्यात विशेष काय आहे? (दुसरी दासी प्रवेश करून.)

दासी : देवी, आनंदाची वार्ता... आनंदाची वार्ता! (सीता आश्चर्याने दासीकडे बघते.) देवी, राजपुत्र रामचंद्रांना अभिषेक होणार, राज्याभिषेक होणार.

सीता : (घाबरून) रामचंद्रांना अभिषेक... म्हणजे मामंजी कुशल आहेत ना?

दासी : रामचंद्रांना महाराजांकडून अभिषेक होणार आहे देवी.

सीता : तसं असेल तर ही दुसरी प्रिय वार्ता मी ऐकत आहे. घे! हे बक्षीस घे! [हातातले, गळ्यातले दागिने काढून देते.] अग, ओंजळ काय पुढे करतेस? पदरात घे. [सीता अंगावरचे सारे दागिने काढून देते.]

[पडद्यात दुंदुभी वाजण्यास सुरुवात होते.]

दासी : देवी ऐका... या दुंदुभी वाजताहेत.

सीता : खरंच की. तुझी बातमी खरी दिसते. हे आणखी बक्षीस घे!

[सीता आणखी बक्षीस देत असतानाच दुंदुभी एकदम थांबतात.]

(आश्चर्याने) हे काय? दुंदुभी एकदम का थांबल्या? अवदातिके, पाहा बरं काय आहे ते! [अवदातिका जाते.]

सीता : (काळजीच्या सुरात) युवराजांच्या अभिषेकाच्या मधेच काही विघ्न आलं की काय?

चेटी : देवी, मी असंही ऐकलं की युवराजांना अभिषेक करून महाराज वानप्रस्थाश्रमाला जाणार आहेत.

सीता : तसं असेल तर हा अभिषेक तीर्थोदकाने न होता अश्रुजलानेच होत आहे असं म्हणायला हवं. [अवदातिका येते.]

अवदातिका : देवी, युवराज येत आहेत आणि वल्कलं अजून तशीच तुमच्या अंगावर आहेत.

सीता : असू देत. आपण थोडी गंमत करूया. आत चल आणि वल्कलं नेसायला मला मदत कर. [जातात.]

अवदातिका : (स्वगत) गंमत म्हणून मी ती वल्कलं पळवली, ती कोणी नेसावी म्हणून नव्हे. मीही नेसणार नव्हते. मग देवींना तरी कशी दिली ती? छे छे! कुठून मला बुद्धी झाली कोण जाणे त्या मेल्या रेवाची खोड काढायची. माझंच चुकलं. वल्कलं नेसून पाहा असा मी देवींना आग्रह करायला नको होता. पण ती नेसून पाहावी असं देवींनाच नाही का वाटलं? त्यांनीच नाही का मागितली माझ्याकडे? मी त्यांना दिली त्यात माझं काय चुकलं? आणि त्यांना मी नको कसं म्हणणार? दशरथमहाराजांची आणि तिन्ही राण्यांची लाडकी सून! युवराज रामचंद्रांची लाडकी पत्नी! लक्ष्मण, शत्रुघ्न यांची लाडकी भावजय! सारेच कसे देवींचा शब्द फुलासारखा अलगद झेलतात. कोणती दासी त्यांची आज्ञा पाळणार नाही? त्यांनी आज्ञा केली आणि मी त्यांना वल्कलं दिली. पण माझ्या मनात मघापासून पाल चुकचुकतेय. वल्कलं नेसून पाहावी असं देवींना का बरं वाटलं असावं? गंमत म्हणून? बाई माझ्या! हे आतापर्यंत माझ्या ध्यानात कसं आलं नाही? वल्कलं नेसलेल्या सीतादेवींना दशरथमहाराजांनी पाहिलं तर माझी चांगली खरड काढतील ते. मी करायला गेले एक आणि झालं भलतंच. देव करो आणि ही वल्कलांची खोडी कोणाच्या अंगाशी न येवो म्हणजे झालं. अगबाई, युवराज येताहेत... [आत जाते.]

[राम येतो.]

राम : (स्वत:शी विचार करीत) दुंदुभी निनादत आहेत. कुलगुरू कुलोपाध्याय अमात्य सभोवताली गर्दी करून उभे आहेत. मंत्रोच्चाराचा मंद्रगभीर आरव ऐकत राजसिंहासनावर चढून सुवर्णकलशातले अभिषेकजल माझ्या शिरावर सिंचन केलं जाणार एवढ्यात महाराजांनी अभिषेक थांबवून मला जायला सांगितलं आणि मी ते नम्रपणे ऐकलं, यात लोकांना विस्मय वाटावा असं काय आहे? [हसतो.]

(गाणे... राग मियांकी सारंग)

जन लोका विस्मय हा, दुंदुभीरव ये मंत्रनिनादे
भद्रासनी अभिषेका ।। धृ. ।।
नमवी शीर्ष जलकुंभस्त्रावा मिटे न परी विधिलेखा
द्रववित मन, तनु कंपविकल ती तात राजमुद्रा ।। १ ।।

पण झालं हे बरं झालं. 'अभिषेकविधी थांबवा' अशी आज्ञा करून महाराजांनी मला निरोप दिला त्या वेळी माझ्या डोक्यावरचा भार उतरल्यासारखा मला वाटला. मी माझ्या मनात सुटकेचा नि:श्वास सोडला. (समाधानाने खळखळून

हसून) अजून मी पूर्वीचाच राम आहे आणि महाराज महाराजच आहेत. (आनंदाने) आता प्रथम मला मैथिलीची भेट घ्यायला हवी.

[दासी दोन आसने आणून ठेवतात.]

सीता : आर्यपुत्रांचा विजय असो!

राम : (सीतेकडे पाहून) मैथिली, तू इथंच आहेस?

सीता : होय आर्यपुत्र. (प्रणाम करते.) बसावं आर्यपुत्रांनी.

राम : (प्रसन्न चित्ताने) मैथिली, ये अशी जवळ बैस. [आसनावर बसतो.]

सीता : जशी आर्यपुत्रांची आज्ञा.[शेजारच्या आसनावर बसते.]

अवदातिका : (सीतेजवळ जाऊन) देवी, युवराजांचे वस्त्रालंकार तर नेहमीचेच आहेत. मग अभिषेकाचं वृत्त खोटंच की काय?

सीता : चेटी काही खोटं सांगायची नाही. पण अवदातिके, घोळघोटाळ्यांच्या अनपेक्षित घटना राजप्रासादातून नेहमीच घडत असतात हे विसरू नकोस.

राम : मैथिली, कशाबद्दल बोलणं चालू आहे?

सीता : तसं काही विशेष नाही आर्यपुत्र. ही अवदातिका, अभिषेक... अभिषेक... असं काहीतरी म्हणत होती इतकंच.

राम : (स्वत:शीच मोठ्याने हसून) अभिषेक...हा हा...अभिषेक... (पुन्हा हसतो.)

सीता : एवढं हसण्यासारखं काय आहे त्यात?

राम : देवी, तुझं कुतूहल माझ्या लक्षात आलं. (खळखळून हसतो.) अभिषेक तर खराच.

सीता : मग सांगा ना!

राम : ऐक तर. आज महाराजांनी मला स्वत:च्या मांडीवर बसवून राजपुरोहित, अमात्य, मंत्री यांच्या उपस्थितीत, कोशलदेशाच्या राज्याचे एकीकरण जाहीर करून, मला माझ्या मातृगोत्राने संबोधून मोठ्या प्रेमाने सांगितलं की, 'पुत्रा रामा, या राज्याचा तू स्वीकार कर.'

सीता : त्यावर आर्यपुत्र काय म्हणाले?

राम : काय म्हणालो असेन ओळख?

सीता : आपली नापसंती दाखवण्याकरिता आर्यपुत्रांनी किंचित दीर्घ असा भावविवश सुस्कारा टाकून महाराजांच्या पायावर डोकं ठेवलं असेल. आणखी काय?

राम : देवी, तू अगदी बरोबर ओळखलंस... (समाधानाने हसून) तुल्यशील आणि समान विचारांची जोडपी दुर्मिळ निपजतात हेच खरं.

(गाणे... राग शुद्धकल्याण)

शांत दांत कांते मृगनयने शशिवदने
एकच स्पंदन सुभगे दो हृदयांचे ।।धृ ।।
जीवन मम गे तेच तुझे धन
दैवयोग जगी आपुले जुळले. ।। १ ।।

देवी, तू बरोबर ओळखलंस. महाराजांच्या पायांवर मी नतमस्तक झालो. महाराजही गहिवरले. त्यांचे अश्रू माझ्या डोक्यावर पडले. माझे त्यांच्या पायावर पडले. त्यांचे पाय आणि माझं मस्तक दोन्हीही एकदम भिजली. अभिषेक! अभिषेक...

सीता : बरं मग?

राम : अनेक प्रकारांनी त्यांनी माझं मन वळवण्याचा प्रयत्न केला. तरीही मी त्यांची राज्याभिषेकाची विनंती मान्य करीत नाही हे पाहून 'आपला आता वृद्धापकाळ आला, तेव्हा तू हे राज्य सांभाळावेस' अशी त्यांनी जिवाची शपथ घालून मला निर्वाणीची विनंती केली.

सीता : पुढे?

राम : शेवटी निरुपाय होऊन मी संमती दिली. अभिषेकाची तयारी झाली. लक्ष्मण-शत्रुघ्न यांनी सुवर्णकलश वर उचलून धरले. डोळ्यांतून आनंदाश्रू ओसंडून वाहात आहेत, अशा महाराजांनी स्वत: माझ्यावर छत्र धरले. आता मला अभिषेक होणार, मी राजा होणार, एवढ्यात मंथरा घाईघाईने तिथे आली आणि महाराजांच्या कानात काहीतरी कुजबुजली.

सीता : (उत्सुकतेने) आणि काय झालं?

राम : (मोठ्याने हसून) आणि अभिषेक थांबला. मी राजा झालो नाही. [राम मनापासून हसतो.]

सीता : खरं? बरं झालं बाई, महाराज ते महाराज राहिले आणि आर्यपुत्र ते कुमारच राहिले. (दोघेही हसतात.)

(गाणे... राग झिंझोटी)

प्रिय मज माझे राजकुमार
नकोत बाई छत्रचामरे
राजपदाचे विंझणवारे
विन्मुख सुखसंसार ।।धृ।।
अभिषेकित ते नृपमन शंकित

गतिमन संचित जनलोकांकित
सुचला हा सुविचार ।।१ ।।

राम : पण मैथिली, एक विचारू? तू अंगावरचे सारे अलंकार का काढून ठेवलेस?

सीता : अलंकार होय? आर्यपुत्र, मी ते अजून घातलेच नाहीत.

राम : नाही कसं? नुकतेच तू ते काढून ठेवले आहेस. कर्णभूषणं आताच उतरवली आहेस हे तुझ्या कानांच्या पाळ्याच सांगताहेत. हातांतील कंकणं तू नुकतीच ओरबाडून काढली आहेस हे तुझ्या हाताच्या रंगावरूनच कळतं आहे. हे बघ, तुझ्या शरीरावर उठलेल्या दागिन्यांच्या खुणाच बघ. त्या त्या ठिकाणचे अलंकार नुकतेच काढल्याचे दिसत आहेत.

सीता : लटकंसुद्धा खरं भासावं असं वर्णन करण्यात आर्यपुत्र चतुर आहेत खरे.

राम : पुरे, प्रथम आपले अलंकार घाल कशी. मी आरसा धरतो. [आरसा धरतो.] ही वल्कलं आरशात पाहा कशी सूर्यकिरणांसारखी झळकताहेत. खरंच मैथिली, केवळ गंमत म्हणून ही वल्कलं तू नेसली आहेस की एखादं व्रत घेण्याचा तुझा विचार आहे? अवदातिके, खरं काय आहे?

अवदातिका : युवराज, वल्कलं शोभतात की नाही हे पाहण्याकरता देवींनी ती अंगावर घातली आहेत इतकंच.

राम : वा! मैथिली, इक्ष्वाकू घराण्यातील स्त्रीपुरुषांच्या वृद्धाश्रमीचा हा वस्त्रालंकार या वयात तू अंगावर घातलास? कमाल केलीस खरी. (मौजेने हसून) पण तुझं पाहून आपणही वल्कलं नेसून पाहावीत असं मला आता वाटत आहे. अवदातिके, माझ्याकरिता दुसरी वल्कलं घेऊन ये!

सीता : (एकदम नापसंतीने) नाही, नाही आर्यपुत्र... असं अभद्र काही मनात आणू नका.

राम : का बरं? याला तुझा विरोध का?

सीता : (गंभीरपणाने) आर्यपुत्रांचा अभिषेक रहित झाला हेच मला दुश्चिन्ह वाटत आहे.

राम : अग तुझ्यासारखीच मलाही थोडी गंमत करावी असं वाटलं तर त्यात या नुसत्या शंका-कुशंका कशाला हव्यात? माझी अर्धांगी म्हणून माझी अर्धी वल्कलं तू आधीच नेसली आहेस की! (हसतो.) [पडद्यात, 'हाय हाय महाराज, घात झाला, घात झाला.']

सीता : अगबाई, आर्यपुत्र काय झालं तिकडे?

[पडद्यात मोठा कोलाहल ऐकू येतो.]

राम : (कानोसा घेऊन) स्त्रीपुरुषांचा हा आक्रोश ऐकून वाटतं कुठंतरी दैवानं मुळावर घाव घातला आहे. अवदातिके, पाहा बरं काय गडबड आहे ती.

कंचुकी : (कंचुकी गडबडीने प्रवेश करून) युवराज... वाचवा... वाचवा...

राम : आर्य, कोणाला संरक्षण हवं आहे?

कंचुकी : स्वत: महाराजांना.

राम : (आश्चर्याने) महाराजांना रक्षण हवं आहे? म्हणजे प्रत्यक्ष पृथ्वीलाच रक्षण हवं आहे तर, महाराजांच्या रूपानं जी एका शरीरात सामावली आहे त्या धरतीला... आर्य, प्रथम सांगा, हे संकट कोणामुळे ओढवलं आहे.

कंचुकी : घरच्या एका आप्तामुळं.

राम : घरच्या आप्तामुळं? हा हंत... मग संरक्षण नाही. परका शत्रू सरळ शरीरावर वार करतो. पण घरचा आप्त खोल वर्मावर घाव घालतो. आर्य, सांगा.. ज्याची आम्हाला लाज वाटावी असा आप्त कोण आहे?

कंचुकी : त्या आहेत... देवी कैकयी?

राम : देवी कैवयी? माता कैकयी... मग धास्ती नाही... या संकटापासून शेवटी सर्वांचं हितच होणार हे निश्चित.

कंचुकी : युवराज हे कसं?

राम : असं पाहा आर्य, इंद्रासारखा पराक्रमी पती आणि माझ्यासारखा आज्ञाधारक पुत्र जिला लाभले आहेत तिला या जगात काय कमी आहे? आणखी कोणत्या श्रेयाच्या अभिलाषेनं तिनं एखादं दुष्कृत्य करावं?

कंचुकी : राजकुमार. तुमच्या स्वभावाच्या सरळपणाचं पांघरूण तुम्ही स्त्रियांच्या नीच वृत्तीवर घालीत आहात. आपल्याला माहीत नाही कैकयीदेवीच्या सांगण्यावरून आपला अभिषेक रहित झाला आहे.

राम : (हसून) होय ना? मग ते उत्तमच झालं. आर्य, काय वाईट झालं त्यात? महाराज आता वानप्रस्थाश्रमात जाणार नाहीत. पितृछत्र आमच्या डोक्यावर असंच आणखी काही काळ राहील. आमचं कुमारपण आणखी वाढलं. नवा राजा कसा वागतो ही काळजी आता प्रजेला राहणार नाही आणि मुख्य म्हणजे भावाचा अधिकार बळकावून मी राज्य करतो ही अपकीर्ती टळली. काय वाईट झालं?

कंचुकी : आधी मंथरेला पाठवून राज्याभिषेक थांबवला आणि नंतर स्वत: अनाहूतपणे येऊन भरताला राज्याभिषेक करा असं त्यांनी सांगितलं तेसुद्धा निर्लोभामुळेच काय?

राम : आर्य, माझ्यावरच्या प्रेमामुळेच तुम्ही असा हेतुविपर्यास करीत आहात. मला सांगा पतीनं लग्नसमयी त्यांना दिलेल्या अभिवचनानुसार कैकयीदेवीने आपल्या पुत्राकरिता आज राज्य मागितलं, तर देवींचा त्यात कसला लोभ आहे? आर्य, माझ्या भावाला मिळणाऱ्या राज्याचा मला लोभ नाही.

कंचुकी : युवराजांचा अधिकार बाजूला सारून भरताला...

राम : आर्य, पुरे करा... यापुढे माझ्या मातोश्रींची निंदा ऐकण्याची माझी इच्छा नाही. फक्त महाराजांचा तेवढा वृत्तान्त कथन करा.

कंचुकी : ऐकावं युवराजांनी... शोकवेगानं मूक झालेल्या महाराजांनी ...

राम : (आश्चर्याने) शोकावेगानं महाराज मूक झाले?

कंचुकी : होय युवराज.. शोकभारानं मूक झालेल्या हातानं पालवून मला तुमच्याकडे पाठविलं... आणि... ते भूमीवर मूर्च्छित पडले.

राम : (दु:खाने) महाराजांना मूर्च्छा आली? सांगा सांगा महाराजांना मूर्च्छा का आली?

[पडद्यात आवाज, 'सांगा, सांगा महाराजांना मूर्च्छा का आली? महाराजांची मूर्च्छा तुम्हाला पाहवत नसेल तर कुमार दयामाया सोडून, नातीगोती विसरून या वेळी धनुष्य उचला!']

[पडद्यातील आवाज ऐकून] हा तर लक्ष्मणाचा आवाज. शांतीचा महामेरू. धैर्याचा अथांग सागरू. कशामुळे हा एवढा खवळला? (पडद्यात पाहतो) स्वत: लक्ष्मण इकडे येत आहे. याला असा क्रोधाविष्ट पाहिल्यावर वाटतं, एक लक्ष्मण नव्हे तर शतलक्ष्मणांचा संतापलेला जमाव माझ्या दिशेनं येत आहे.

(धनुष्यबाण घेतलेला, रागावलेला लक्ष्मण प्रवेश करतो.)

लक्ष्मण : महाराजांना मूर्च्छा का आली? कुमार हे तुम्ही विचारावं? महाराजांची मूर्च्छा तुम्हाला पाहवत नसेल तर यावेळी धनुष्य उचला. आप्तांची दुष्ट वागणूक अनिर्बंध झाली आहे. तिच्याकडे दुर्लक्ष करणाऱ्या सौजन्याचाही संयम सुटू पाहात आहे. सत्प्रवृत्त सज्जनांचा हा उघड उघड उपमर्द आहे. तुम्हाला हे मान्य नसेल तर माझ्या निर्धाराप्रमाणे वागायला मला अनुमती द्या. मी हे सहन करणं आता अशक्य आहे. एका तरुण कृत्येमुळे हे घडत आहे. त्या तरुण कृत्येनं आमचा छळ मांडला आहे. (धनुष्याचा टणत्कार करून) साऱ्या तरुण स्त्रिया या जगातून नाहीशा करण्याचा मी निर्धार केला आहे.

सीता : (रामास उद्देशून) आर्यपुत्र, या शोकप्रसंगी सौमित्रांनी धनुष्य उचलावं हा त्यांचा उपक्रम अपूर्व वाटतो.

राम : (शांतपणाने) सौमित्रा, लक्ष्मणा, याचा अर्थ काय?

लक्ष्मण : (क्रोधाने) याचा अर्थ काय? कुमार हे तुम्ही विचारता? तुमचा जन्मसिद्ध राज्याधिकार हिरावून घेण्यात आला असताना... महाराज तिकडे भूमीवर विकलांग, निश्चेष्ट पडलेले असताना... तुम्ही विचारता याचा अर्थ काय? ही काय क्षमावृत्ती आहे की स्वाभिमानशून्यता?

राम : लक्ष्मणा, माझा अधिकार हिरावून घेण्यात आला या समजानं तुला संताप चढला. पण सौमित्रा, तू अविचाराने वागतो आहेस.

लक्ष्मण : कुमार, हा माझा अविचार आहे? अन्यायाविरुद्ध शस्त्र उचलणं हा काय अविचार ठरतो? सदसद्‌विवेकाची गळचेपी होत असताना त्याविरुद्ध आवाज उठवणं हा काय अविचार आहे? तसं असेल तर कुमार, आजपासून मी त्याच मार्गाचा अवलंब करणार आहे. [धनुष्याचा टणत्कार करतो.]

राम : अरे शांतपणे विचार कर. भरत राजा झाला काय अथवा मी राजा झालो काय? तुला दोन्हीही सारखेच आहेत. लक्ष्मणा, तुला तुझ्या धनुष्याची प्रौढी असेल तर जो राजा होईल त्याचं रक्षण करणं हेच तुझं कर्तव्य आहे.

लक्ष्मण : नाही कुमार, नाही. तुमचा विचार मला पटत नाही. माझा क्रोध अनावर होत आहे. तुम्हाला माझं वागणं पसंत नाही. ठीक आहे, मीच इथून चालता होतो. [जाऊ लागतो.]

राम : सौमित्रा, जरा थांब... (लक्ष्मणाजवळ जाऊन) अरे, तुझा क्रोध शांत करण्याकरिता मी असं बोललो. यावेळी मी शांत आहे याचा तुला राग आला. मी स्वाभिमानशून्य आहे असाही तुझा समज झाला. पण मला सांग, यावेळी मी काय करू? दिलेल्या वचनाला जागणाऱ्या सत्यव्रत पित्याविरुद्ध धनुष्य उचलू? प्रत्यक्ष मातेविरुद्ध शरसंधान करू की निरपराध अशा भरताचा, माझ्या धाकट्या भावाचा क्षुद्र स्वार्थापायी वध करू? लक्ष्मणा सांग, सांग. या तीन पापांपैकी मी कोणतं पाप करू म्हणजे तुझा क्रोध शांत होईल?

लक्ष्मण : (डोळ्यांत आसवे आणून खाली बसतो.) धिक्... धिक्... माझं म्हणणं नीट समजावून न घेताच तुम्ही मला दोष देत आहात. कुमार, माझ्या क्रोधाचं कारण वेगळं आहे. सर्वस्वी निराळं आहे. जे राज्य मिळविण्यात ऐवढे क्लेश आहेत ते तुम्हाला मिळावं असा माझा मुळीच आग्रह नाही. पण फक्त तुमचा राज्याधिकार हिरावून घेण्यावरच गोष्टी थांबत नाहीत.

राम : मग आणखी काय?

लक्ष्मण : तुम्हाला चौदा वर्षं वनवास भोगावा लागणार आहे... कुमार, मला राग

आला तो या गोष्टीचा.

राम : चौदा वर्षं वनवास... अस्सं... महाराजांना या कारणामुळे मूर्च्छा आली तर! ठीक आहे! सौमित्रा, वनवास मला मान्य आहे.पूर्वीच्या राजघराण्यात कोणालाही लाभला नाही असा आगळा आचारधर्म मी अनुसरणार आहे.

अवदातिका : ही वल्कलं घ्यावीत युवराजांनी! [राम वल्कलं घेऊन आत जातो.]

सीता : मघाशी मी सोडून ठेवलेली राजवस्त्रं कुठं आहेत ग?

अवदातिका : महालातच आहेत देवी, आता आणते हवी तर.

सीता : आता मला त्यांची जरुरी नाही.

अवदातिका : म्हणजे? तुम्ही ती नेसणार नाही?

सीता : नाही. आता वल्कलं हीच माझी वस्त्रं. यापुढे आर्यपुत्रांसारखी मीदेखील वल्कलंच नेसणार आहे.[सीता आत जाते.]

लक्ष्मण : (स्वगत) लक्ष्मणाला वनवास अमान्य...रामचंद्राला वनवास मान्य... रामचंद्रांनी आज एक समरप्रसंग टाळला. एका प्रदीर्घ युद्धाचं आव्हान स्वीकारून. चौदा वर्षं वनवास... चौदा वर्षं युद्ध... युद्ध घनघोर अरण्याशी... युद्ध हिंस्र श्वापदांशी. युद्ध त्याहीपेक्षा हिंस्र राक्षसांशी. युद्धाचं हे भीषण आव्हान स्वीकारून रामचंद्र आज वनवासाला जाणार. उद्या भरत अयोध्येच्या सिंहासनावर बसणार. लक्ष्मणा, तू काय करणार? कोणत्या वाटेनं जाणार? रामाच्या की राजाच्या? वनवास की राज्यारोहण? नाही लक्ष्मणा, रामचंद्रांची पावलं आजपर्यंत ज्या दिशेला पडली तीच तुझी पाऊलवाट ठरली. रामचंद्रांचा विचार हाच तुझा आचार ठरला. धाकटा भाऊ म्हणून आजपर्यंत तू रामचंद्रांची सोबत केलीस, त्यांची सावली बनून! पण आज ही सावली कुठं जाणार? कोणत्या वाटेनं जाणार? सावलीला कधी स्वत:ची वाट असते? विचाराला सोडून आचार कधी वेगळा वागतो? पावलं सोडून पाऊलवाट दूर जाईलच कशी? रामचंद्राला वनवास म्हणजे त्याच्या सावलीलाही वनवास. लक्ष्मणा, वनवासाचं हे भीषण आव्हान तुलाही स्वीकारायलाच हवं. कुमार, वनवास मलाही मान्य आहे.

[राम आणि सीता वल्कलं धारण करून बाहेर येतात.]

राम : (मैथिलीची वनवासात जाण्याची तयारी पाहून) हे काय मैथिली? तुझा काय विचार आहे?

सीता : मी आपली सहधर्मचारिणी आहे आर्यपुत्र. माझा विचार वेगळा कसा असेल?

राम : पण वनवासात मी एकट्यानं जायचं आहे.

सीता : म्हणूनच मी आपल्याबरोबर येणार आहे.

राम : तिथं अरण्यात राहायचं आहे.

सीता : तोच माझा राजप्रासाद ठरेल.

राम : पतीशिवाय सासूसासऱ्यांची सेवा करणं हासुद्धा सुनेचा धर्म असतो मैथिली.

सीता : आता आमच्या सर्व कुलदेवतांना माझी हात जोडून प्रार्थना आहे, की त्यांनी माझ्या सासू-सासऱ्यांचं स्वास्थ्यरक्षण करावं.

राम : लक्ष्मणा, हिची समजूत घाल! हिला आपल्या विचारांपासून परावृत्त कर!

लक्ष्मण : नाही कुमार. या प्रसंगी देवींची समजूत घालणं मला शक्य होणार नाही. राहूनं चंद्र ग्रासला तरी त्याची सहचरी तारा त्याला सोडीत नाही. वनातला विशाल वृक्ष कोसळला तर त्याला बिलगणाऱ्या लतासुद्धा त्याच्याबरोबर भूमीवर लोळण घेतात. देवींना तुमच्याबरोबर येऊ द्यावं. देवींचा तो धर्म आहे.

राम : धन्य, धन्य मैथिली! माझी अर्धांगिनी शोभतेस खरी.

चेटी : देवींचा विजय असो! रंगशाळेतल्या नेपथ्य विभागाची रेवा नमस्कारपूर्वक विनंती करते की, अवदातिकेने मघाशी पळवलेली वल्कलं जुनी आहेत. ही नवी, न वापरलेली वल्कलं पाठवली आहेत. त्यांचा स्वीकार करावा

[वल्कले देऊन निघून जाते.]

[वल्कलांची आणखी एक जोडी बाकी राहते.]

लक्ष्मण : आता माझ्यावरही कृपा करावी. कुमार, आजपर्यंत खाण्यापिण्यात आणि लेण्यात तुम्ही मला नेहमीच अर्धा वाटा दिलात. आज वल्कलांच्या बाबतीत तुम्ही एवढे स्वार्थी का झालात?

राम : मैथिली, आता तू याची समजूत घाल.

सीता : लक्ष्मणभाऊजी, समजूतदारपणानं तुम्ही मागं अयोध्येत राहाणं योग्य नाही का?

लक्ष्मण : आर्ये, माझ्या भावाची एकट्यानंच सेवा करण्याची अभिलाषा तू का धरतेस? तू त्याच्या डाव्या पायाची सेवा कर. मी त्याच्या उजव्या पायाची सेवा करीन. तू छाया, मी पडछाया.

सीता : आर्यपुत्र, सौमित्र किती त्रागा करीत आहेत बघितलंत? त्यांची समजूत पटणार नाही. द्या त्यांना अनुमती.

राम : सौमित्रा ऐक, ही वल्कलं म्हणजे तप:संग्रामात अंगावर चढवावयाचं कवच

आहे. यम-नियमरूपी हत्तीला आवरणारा तो अंकुश आहे. इंद्रियरूपी अश्वांना घालावयाचा तो लगाम आहे. धर्मरूपी रथ हाकणारा हा सारथी आहे. अशी ही वल्कलं तू आता परिधान कर!

लक्ष्मण : माझ्यावर आपण कृपा केलीत कुमार! (प्रणाम करतो. वल्कले घेतो.)

[पडद्यात गर्दीचा कल्लोळ ऐकू येतो.]

राम : (आत पाहून) आमच्या वनवासाची वार्ता ऐकून पौरजनांनी गर्दी करून राजमार्ग अगदी अडवून टाकला आहे. त्यांना बाजूला व्हायला सांगा.

लक्ष्मण : आर्य, मी सांगतो. (मोठ्याने ओरडून) पौरजनहो दूर व्हा! बाजूला व्हा!

राम : मैथिली, अंगावरचा तो शेला काढून ठेव! (मैथिली शेला काढते. मैथिलीला समोर करून) ऐका, ऐका, ह्या माझ्या पत्नीला नि:शंक बघा! दु:खामुळे तुमच्या डोळ्यांतून अश्रूंच्या धारा वाहत आहेत. तरी ह्या माझ्या पत्नीला तुम्ही नि:शंक मनानं बघा! मित्रहो यज्ञसमयी, विवाहसमयी, संकटकाळी आणि वनवासात स्त्रीदर्शन घेतल्यास ते निषिद्ध नाही.

[कंचुकी प्रवेश करतो.]

कंचुकी : कुमार, थांबा, जाऊ नका. खरंच एवढ्यात जाऊ नका. जरा थांबा. ती पहा दशरथमहाराजांची स्वारी इकडेच येत आहे. वनवासाला जाण्याचा तुम्हा तिघांचा निर्धार कानी पडताच महाराज मूर्च्छेतूनही सावध झाले आहेत. ते पाहा, उठून ते इकडेच येत आहेत. धुळीनं सर्वांग माखलेल्या एखाद्या प्रचंड वृद्ध वनहत्तीच्या धिम्या चालीने जड पावलं टाकीत ते तुम्हाला बघायला येत आहेत.

लक्ष्मण : आर्य, वल्कलं नेसलेल्या आम्हा वनवासीजनांत आता बघण्यासारखं काय आहे?

राम : आम्ही येथून निघून गेल्यावर महाराजांनी आमची शून्य, रिकामी निवासस्थानं बघावीत... चला...

[सर्व जातात. रंगमंचावर अंधार होऊन पुन्हा प्रकाश उजळतो. पुढील घटना सुरू होते.]

दशरथ : [शोकनिमग्न दशरथ हळूहळू चालत प्रवेश करतात. दशरथ यांना थोडा भ्रम झाला आहे. त्यांचे बोलणे संदिग्ध आहे. चालताना त्यांचा तोल जात आहे. बरोबर असलेल्या कौसल्या व सुमित्रा त्यांना सावरत आहेत.] त्रिभुवननयनानंदा, वत्सा रामचंद्रा, सुलक्षणा सुगात्रा बाळा लक्ष्मणा, धर्मशील पतिव्रता साध्वी मैथिली... अरे कुठं आहात तुम्ही? तुम्हाला भेटायला मी आलो आहे ना? (शोधून) इथं तर कोणीच दिसत नाही... गेली! माझी मुलं वनात गेली. मला न भेटताच गेली...

मला न सांगताच गेली... चौदा वर्षं गेली... (स्वत:शीच हसून) माणसाचा स्वभाव किती चमत्कारिक असतो पाहा. भावावरच्या प्रेमापायी लक्ष्मणानं माझ्या प्रेमाचा... त्याच्या पित्याचासुद्धा त्याग केला. पित्यावर तो रागावला. त्याला नाही नाही ते बोलला. पण पित्याला काय वाटत असेल? (हसून) त्या सुलक्षणाला या डोळ्यांनी पुन्हा पाहावं असं वाटतं. (स्वत:ला हसतो.) वैदेही सूनबाई ... पोरी, तूही निष्ठुर झालीस ना? तूही गेलीस? कर्तव्यापायी एका मुलानं ज्याचा त्याग केला, भावावरल्या प्रेमापोटी दुसऱ्या मुलानं ज्याची निर्भर्त्सना केली, त्या या दुष्कीर्ती दशरथाला सोडून तूही गेलीस ना? पुत्रा रामा, वत्सा लक्ष्मणा, सूनबाई वैदेही... अरे माझ्या प्रश्नांना कोणीच कसं उत्तर देत नाही. (सभोवार शून्य नजरेने पाहतो.) कोण उत्तर देणार? (हसून) इथं जर कोणीच नाही तर उत्तर कोण देणार? इथं सारं कसं शून्य, स्तब्ध, बधिर आहे. शून्य! चौदा वर्षं आता इथं स्तब्ध राहणार आहे. (सभोवताली चाचपडतो.) अरे मला कोणी सांगेल का? तो रामचंद्र कुठं गेला? ते मूर्तिमंत आज्ञाधारकत्व आता कुठं आहे? शोकमग्नांना धीर देणारं ते सहृदयत्व कुठं गेलं? राजवैभवाला तृणवत् मानणारं ते नि:स्पृहत्व आज कोणीकडे गेलं? (वर पाहून) काय म्हणता? कर्तव्यापायी, पुत्रधर्म पाळण्यासाठी वनवासात गेलं? अरे रामचंद्रा, वेड्या मुला... तुझ्या वृद्ध पित्याला असं शोकात टाकून वनवासात धाडणाऱ्या त्या क्रूर धर्माशी तुला काय कर्तव्य होतं? (ग्लानी... पुन्हा सावध) हा हंत हंत... काय हा प्रसंग! सूर्य अस्ताला जातो तसा रामचंद्र गेला... सूर्यामागून दिवस जावा तसा लक्ष्मण गेला. दिवस मावळल्यानंतरच्या अंधारात सावली हरवावी तशी सीता नाहीशी झाली. हा अंधार-उजेडाचा खेळ म्हणजे नियतीचा खेळ. (रागाने) कुठं आहे? (आकाशात शोधतो.) कुठं आहे ती दुष्ट नियती? अग दुष्टे! यापेक्षा मला निपुत्रिक का ठेवलं नाहीस? रामाला दुसऱ्या कोणाच्या पोटी जन्माला का घातलं नाहीस? आणि तिला... त्या कैकयीला एखाद्या जंगलातील व्याघ्री का बनवली नाहीस? (ग्लानी येऊन पडतो. कौसल्या व सुमित्रा दोघी सावरतात.)

कौसल्या : शांत राहावं महाराजांनी! असा त्रागा करून महाराजांनी जिवाला त्रास करून घेऊ नये. आपले दोघे पुत्र आणि सूनबाई महाराजांना भेटणारच आहेत.

दशरथ : (कौसल्येला न ओळखून) कोण ग तू? कोण तू?

कौसल्या : एका कर्तव्यकठोर मुलाला जन्म देणारी मी कौसल्या.

दशरथ : काय म्हणतेस? रामाची आई तू कौसल्या आहेस?

कौसल्या : होय महाराज मीच ती अभागी कौसल्या.

दशरथ : नाही कौसल्ये, तू अभागिनी नाहीस. खरी सत्त्ववती आहेस. तुझ्या गर्भात राम नऊ मास राहिला आहे. तू धैर्यवती आहेस. नाहीतर मी पाहा. दु:खी, दुर्बळ, असहाय, असमर्थ, अगतिक... धिक्... धिक्... धिक्कार! माझा त्रिवार धिक्कार!

कंचुकी : (प्रवेश करून) महाराजांचा विजय असो. बाहेर सुमंत्र आले आहेत महाराज.

दशरथ : (आनंदाने उठून) सुमंत्र आला आहे? रामाला घेऊन सुमंत्र परत आला आहे?

कंचुकी : नाही महाराज, रामचंद्रांचा फक्त रथ घेऊन ते आले आहेत.

दशरथ : सुमंत्र नुसता रिकामा रथ घेऊन आला आहे? (स्वत:शी हसतो.) बलाके, अरे मला घेऊन जायला त्या कृतांतानं तर हा रिकामा रथ पाठविला नाही? (हसतो.) जा, जा सुमंत्राला आत पाठवून दे!

सुमंत्र : (प्रवेश करून) महाराजांचा विजय असो!

दशरथ : सुमंत्रा, ज्यानं साऱ्यांना या शोकसागरात लोटलं त्या क्षुद्र दुर्बल मरणोन्मुख पित्याला रामचंद्राचा काय निरोप आहे?

सुमंत्र : महाराज असलं अमंगल काही बोलू नये.

दशरथ : सुमंत्रा, खरंच मी भलतंच काही बरळलो का रे? ठीक आहे. त्या तपस्वी जनांची तपश्चर्या व्यवस्थित चालली आहे ना? कुमारवयीन वैदेहीला विजनवासात काही कष्ट तर होत नाहीत ना?

कौसल्या : वल्कलं नेसल्यावर लहान असूनही ती किती प्रौढ सत्त्वशील सहधर्मचारिणी दिसली... सुमंत्र तिनं आमची, महाराजांची विचारपूस केली का हो?

सुमंत्र : होय राज्ञी, सर्वांनीच तुमची अगदी आस्थेनं चौकशी केली.

दशरथ : (एकदम उसळून) छे छे छे! सुमंत्र असं नाही...अरे हे वृत्त असं नीरस आणि मोघम शब्दांत काय सांगतोस? माझ्या हृदयरोगाचं शमन करणारी, माझ्या उत्सुक, अधीर कानांना समाधान देणारी ती त्यांची मधुर नावं उच्चारून त्यांचा निरोप सांग!

सुमंत्र : जशी महाराजांची आज्ञा! दीर्घायुषी राम...

दशरथ : (आनंदाने) दीर्घायुषी राम! पाहिलंस... त्याचं नाव ऐकताच रामानं जणू माझ्या अंगाला स्पर्श केला असा मला भास झाला.

सुमंत्र : दीर्घायुषी लक्ष्मण...

दशरथ : (आनंदाने) सुगात्र लक्ष्मण... जनकसुता वैदेही, राम-लक्ष्मण-सीता नाही... नाही, हा क्रम बरोबर नाही. वनवासात राम आणि लक्ष्मण यांच्या मधे सीता पाहिजे... राम-सीता-लक्ष्मण!

सुमंत्र : होय महाराज, राम-सीता-लक्ष्मण - सत्य, शील आणि भक्ती.

दशरथ : वा वा काय बोललास! राम-सीता-लक्ष्मण! अमृतासारखी गोड गोड नावं ऐकून मी शांत झालो.

सुमंत्र : तिथं पोहोचल्यावर तिघंही रथातून खाली उतरली. अयोध्येच्या दिशेनं तोंड करून उभी राहिली आणि मस्तक वाकवून साऱ्यांनी महाराजांना प्रणाम केला.

दशरथ : काय मला प्रणाम केला? माझी बाळं!

सुमंत्र : त्यांना काहीतरी निरोप सांगायचा होता. काहीतरी सांगण्यासाठी त्यांचे ओठ स्फुरत होते. परंतु कंठ सद्‌गदित झाल्यामुळे शब्द मुखातून बाहेर पडले नाहीत. काही न सांगताच ते वनात निघून गेले.

दशरथ : काही न सांगताच ते वनात निघून गेले. माझी ही अवस्था पाहून माझं सांत्वन करण्याकरता इक्ष्वाकू वंशातले माझे सारे पितर आकाशात जमले आहेत. ते पाहा. ते आकाशात उभे आहेत. अरे, त्यांना अर्घ्य द्यायला मला कोणीतरी पाणी आणून द्या. तो पाहा इंद्रसखा दिलीप. (अर्घ्य देतो.) तो परमप्रतापी दानशूर रघू. (अर्घ्य देतो.) करुणानिधी असा हा जगन्मान्य अज. (अर्घ्य देतो.) माझे वडील... पितरांनो, आज का असं येणं केलंत? महाराज, पुण्यप्रताप राजाधिराज आज मीच तुमच्याकडे येणार आहे. हा पाहा निघालो... हा पाहा, मी आलो. रामा-सीते-लक्ष्मणा, या जगाचा निरोप घेऊन मी आता माझ्या पितरांच्या समागमास जात आहे. पुण्यश्लोक पितरांनो, थांबा... थांबा. हा मी आलोच... (दशरथ जमिनीवर पडतो. सारे त्याला सावरतात.)

[पहिला अंक समाप्त]

अंक २

[भरत आजोळाहून अयोध्येला चालला आहे. भरत आणि सारथी वाटेत अयोध्येजवळ विश्रांतीकरता थांबले आहेत. भरत आणि त्याचा सारथी प्रवेश करतात.]

भरत : सारथी, अयोध्यानगरी इथून किती दूर आहे? लहानपणापासून मी माझ्या आजोळी वाढलो असल्यामुळे अयोध्येची मला फारशी माहिती नाही. ती नगरी मला धड आठवतदेखील नाही. काय रे, महाराजांची प्रकृती फार बिघडली आहे असं ऐकलं, ते खरं आहे का? महाराज कशामुळे आजारी आहेत?

सारथी : मला नक्की माहीत नाही. पण मनस्तापानं आजारी आहेत असं म्हणतात.

भरत : राजवैद्यांचं काय निदान आहे?

सारथी : राजवैद्यांच्या शक्तीबाहेरचा हा रोग आहे, असं लोक म्हणत होते.

भरत : अस्सं? (काळजीने) म्हणजे प्रकृती फार बिघडली आहे असं दिसतं. (थोडा विचार करून) इथून अयोध्या फार लांब आहे का रे?

सारथी : कुमार, हा पाहा अयोध्या नगरीभोवतालच्या उपवनातून वाहणारा गार वारा. अंगाला पाहा कसा भिडतो आहे. अयोध्या इथून जवळच आहे.

भरत : (आनंदाने) अयोध्या जवळ आली... अयोध्या जवळ आली. सारथी, स्वजनांच्या भेटीसाठी मन कसं उत्सुक झालं आहे.

(गाणे... राग देवता भैरव... मिश्र)

मंद मंद ये समीर
जागवीत आठवणी
झळझळती कळस दूर
येता परिसर जवळी
बघ रे बघ विरहार्ता

आली तव अवधपुरी ।। १ ।।
(गाणे... राग जोगिया)
प्रिय बांधव स्वजन तात
भेटता दिठी दिठी
मातृदेवता मदीय
बघतिल डोळे भरुनी
सज्ज उभी स्वागतास
माझी अयोध्या नगरी ।। २ ।।

(गाणे चालू असताना सारथी बाहेर जातो. गाणे संपल्यावर येतो.)

सारथी : (प्रवेश करून) कुमारांचा जय असो!

भरत : भल्या सेवका, कुमार शत्रुघ्न माझ्या स्वागताकरिता पुढे आले आहेत काय?

सारथी : कुमार आले आहेत खरे... पण उपाध्यायांची आपल्याला विनंती आहे की कृत्तिका नक्षत्र एक घटका उरलं आहे. तेव्हा रोहिणी नक्षत्र लागलं की, त्या मुहूर्तावर कुमारांनी अयोध्येत प्रवेश करावा.

भरत : ठीक आहे. गुरुजनांची आजपर्यंत मी कधीच अवज्ञा केली नाही. योग्य मुहूर्तावर आम्ही नगरप्रवेश करू असं पुरोहितांना सांग जा.

सारथी : जशी कुमारांची आज्ञा.

भरत : सारथी, आणखी एक घटका आपल्याला थांबायचं आहे. कुठं थांबावं बरं? (इकडे तिकडे फिरून शोध घेतो.) ते पाहा त्या झाडांमधून पलीकडे एक देवालय दिसत आहे. तिथं विश्रांती घ्यावी हे उत्तम. विश्रांतीबरोबर देवदर्शनही घडेल. शिवाय नगराबाहेर घटकाभर थांबून नंतर नगरप्रवेश करावा असा शिष्टाचारही आहे. सारथी, तू असं कर त्या पलीकडच्या झाडाखाली रथ उभा करून घोड्यांना अंमळ विश्रांती दे. तोवर मी आलोच... (भरत जातो.)

सारथी : जशी कुमारांची आज्ञा! (स्वगत) अरेरे किती खेदाची गोष्ट आहे. महाराजांच्या निधनाची वार्ता न कळल्यामुळे कुमार किती भ्रामक आशा-आकांक्षा घेऊन अयोध्येत प्रवेश करणार आहेत. खरी परिस्थिती मला माहीत आहे. पण कुमारांना ती सांगण्याची मला मनाई आहे. शोकामुळे झालेलं दशरथमहाराजांचं निधन, कैकयीदेवींचा राज्यलोभ, राम-लक्ष्मण व सीता यांचं वनवासगमन, या एकापेक्षा एक भयंकर वार्ता... कुमारांना आता कोण व कशा सांगणार कळत नाही. (सारथी जातो.)

(भरत देवालयात प्रवेश करतो.)

भरत : (देवालयाजवळ जाऊन निरीक्षण करीत स्वत:शी) कदंबाची फुलं आणि लाह्या इथं पसरल्या आहेत तेव्हा कोणीतरी इथं बळी ठेवून गेलं आहे. भिंतीवर चंदनाच्या हस्तमुद्रा उठविलेल्या दिसत आहेत. पुष्पमाळांनी दरवाजे सुशोभित केले आहेत. आज काय पर्वणी आहे की इथला रोजचा परिपाठ आहे? पण कोणत्या देवाचं हे देऊळ आहे? इथं तर काही ध्वजपताका दिसत नाही. दुसरं ओळखीचं चिन्ह दिसत नाही. मंदिरात जाऊन बघावं हे उत्तम. (मंदिरात प्रवेश करतो.) वा! वा! या मूर्तीचं शिल्प किती उत्तम आहे. मूर्तीच्या चेहऱ्यावरील भाव किती स्वाभाविक दाखविले आहेत. अगदी जिवंत माणसासारख्या ह्या मूर्ती दिसतात... पण या चार देवता कोण असतील बरं! (मूर्ती न्याहाळतो.)

[देवकुलिक येतो.]

देवकुलिक : (भरताला पाहून) अरे, या मूर्तीच्या चेहऱ्यामोहऱ्याचा हा कोण देवालयात आहे?

भरत : या देवांची ओळख काही पटत नाही. कोणी का असेनात, त्यांना नमस्कार करावा हे उत्तम. हे अनामिक देवतांनो, तुम्हाला माझा नमस्कार आहे. (नमस्कार करू लागतो इतक्यात...)

देवकुलिक : हां हां... थांबा, त्यांना नमस्कार करू नका.

भरत : का? माझ्यात काही न्यून आढळलं का आपल्याला? सांगा. नमस्काराला आपण प्रत्यवाय का केलात? नमस्काराला इथं प्रतिबंध आहे का?

देवकुलिक : नमस्कार करू नका असं मी जे म्हटलं त्याचं कारण वेगळं आहे. या मूर्ती देवांच्या नाहीत. त्या आहेत माणसांच्या! क्षत्रियांच्या!

भरत : अस्सं... हे क्षत्रिय कोण?

देवकुलिक : इक्ष्वाकू कुळातील.

भरत : (आनंद वाटून) इक्ष्वाकू कुळातील... म्हणजे अयोध्येचे प्रसिद्ध इक्ष्वाकू राजे ते हेच आहेत काय? देवासुर संग्रामात देवांच्या बाजूने लढणारे, असुरांची पुरं उद्ध्वस्त करणारे, सत्कृत्य आणि सदाचार यांच्यामुळे प्रजाजनांसह इंद्रलोकी जाणारे पुण्यश्लोक हे तेच काय? आपल्या बाहुबळाच्या जोरावर ज्यांनी सारी पृथ्वी पादाक्रांत केली ते पराक्रमी योद्धे, मृत्यू येऊनही चिरंजीव झालेले मृत्युंजय, ते हेच काय? किती योगायोगाने मला या पुण्यश्लोकांचे आज दर्शन घडत आहे. आर्य, या प्रत्येक मूर्तीची ओळख करून देता काय?

देवकुलिक : ऐका! सत्याची पवित्र ज्योत ज्यानं अव्याहत तेवत ठेवली, विश्वजित यज्ञासारख्या महायज्ञांची परंपरा सुरू करून आपले सारे रत्नागार आणि संपत्ती

ज्याने दान केली तो हा सत्यव्रत राजा दिलीप.

भरत : दिलीप म्हणजे महाराजांचे पणजोबा...या धर्मव्रत इक्ष्वाकूला माझा नमस्कार असो! (दुसऱ्या प्रतिमेकडे बोट दाखवून) आणि हे कोण?

देवकुलिक : सहस्रावधी ब्राह्मण ज्याचा स्वस्तिवचनांनी सर्वकाल सत्कार करीत तो हा पुण्यश्लोक रघू.

भरत : म्हणजे महाराजांचे आजोबा... ब्राह्मणाचे आशीर्वादसुद्धा मृत्यूसमोर अखेर हतबल ठरले. पुण्यश्लोक रघूला माझा दंडवत प्रणाम!

देवकुलिक : प्रिय पत्नीच्या वियोगामुळे विरागी होऊन ज्याने राज्यलक्ष्मीचा त्याग केला आणि व्रतस्थ राहून आपलं उरलेलं आयुष्य ध्यानधारणेत घालवलं तो हा महाव्रती राजा अज.

भरत : म्हणजे माझ्या पित्याचे, दशरथमहाराजांचे वडील. या तपस्व्यासमोर मी नतमस्तक आहे आणि... (दशरथासारखी दिसणारी चौथी प्रतिमा पाहून भरत गोंधळतो.)

भरत : (स्वत:शी) अरे ही शेवटची प्रतिमा तर महाराज दशरथांसारखी दिसते. हा दिलीप, हा रघू, हा अज आणि या क्रमाने हे दशरथमहाराज. (चपापतो.) (देवकुलिकास उद्देशून) काय हो, जिवंत राजाचीसुद्धा प्रतिमा करून इथं ठेवतात काय?

देवकुलिक : छे छे... फक्त मृत राजांची.

भरत : फक्त मृत राजांची? म्हणजे ही चौथी प्रतिमा.

देवकुलिक : ही चौथी प्रतिमा ना... थांबा सांगतो. लग्नाच्या वेळी शुल्क म्हणून पत्नीला दिलेलं वचन पूर्ण करण्याकरिता ज्याने आपले प्राण अर्पण केले त्या महाराथी दशरथाची ही प्रतिमा..

भरत : हा हंत... तात तात... (मूर्तीसमोर वाकतो.) (उठून) भरता, पितृनिधनाचे दारुण सत्य तुला आता धैर्याने सोसले पाहिजे. महाराजांनी लग्नसमयी दिलेल्या वचनाशी दूरान्वयाने जरी माझा संबंध पोहचत असेल तर यापुढे व्रतस्थ राहून मला देहशुद्धी करणं प्राप्त आहे. (उघड) आर्य...

देवकुलिक : (आश्चर्याने) आर्य! संबोधण्याची ही पद्धत तर इक्ष्वाकू पुरुषांची आहे. काय हो आपण कैकयीपुत्र भरत तर नाही?

भरत : नाही नाही मी कैकेयीपुत्र भरत नाही. मी दशरथपुत्र भरत आहे.

देवकुलिक : अस्सं?

भरत : आर्य, मला आता पुढचा वृत्तान्त कथन करा.

देवकुलिक : सांगतो ऐका! दशरथमहाराजांचं देहावसान झालं. सीता आणि लक्ष्मणासह रामचंद्र वनात गेले...

भरत : काय? रामचंद्र वनवासाला गेला? हा हंत... कोरड्या शुष्क झालेल्या नदीकडे, एखाद्या तृषार्ताने धाव घ्यावी, तशी प्रिय पिता व प्रिय भ्राता हे दोघेही नसलेल्या अयोध्येला पोहोचण्याची मी घाई करत आहे. आर्य, आता समग्र वृत्तान्त मला कथन करा म्हणजेच माझं हे विचलित मन स्थिर होईल.

देवकुलिक : कुमार रामचंद्राला अभिषेक होत असतानाच आपल्या मातोश्रींनी...

भरत : थांबा... थांबा... पुढलं सारं माझ्या ध्यानात आलं. विवाहसमयी दिलेल्या वचनानुसार माझ्या मातोश्रीनं आपल्या मुलासाठी राज्य मागितलं आणि रामानं वनवासास जावं असा आग्रह धरला. हे सारं सहन न होऊन वडिलांनी शोकावेगानं प्राण सोडले...धिक् धिक्... अयोध्येत सारे लोक आता माझ्या मातेप्रमाणेच माझाही धिक्कार करतील. हा हंत हंत... [मूर्च्छित पडतो.]

सुमंत्र : (आतूनच सुमंत्र ओरडतो...) दूर व्हा बाजूला व्हा.

देवकुलिक : हा असा मूर्च्छित पडला असतानाच दशरथमहाराजांच्या राण्यांची स्वारी या देवकुळात पोहोचली, हे एका परीनं बरंच झालं.

[राण्यांसह सुमंत्र प्रवेश करतो. राण्या संपूर्ण अवगुंठित आहेत. सुतकाची वस्त्रे परिधान केली आहेत. त्यांचे हात तेवढे दिसत आहेत. चेहरासुद्धा घुंघटाखाली झाकलेला.]

सुमंत्र : असे यावे राज्ञींनी... महाराज दशरथांचे प्रतिमादर्शन आता फक्त या मंदिरातच आपणाला घडेल.(भरतास मूर्च्छित पडलेला पाहून) पण थांबा... आत यायची घाई करू नका. इथं कोणीतरी तरुण भूमीवर निश्चेष्ट पडला आहे. (भरताला पाहून स्वगत) काय आश्चर्य! हा तरुण तर दशरथमहाराजांची त्यांच्या तारुण्यातील हुबेहूब प्रतिमा दिसतो.

देवकुलिक : आर्य, हा तरुण कोणी परका नाही. त्याला सावध करा. तो दशरथकुमार भरतच आहे.

कौसल्या-सुमित्रा : (पुढे होऊन) वत्सा भरता, सावध हो.

[देवकुलिक त्याला सावध करण्याचा प्रयत्न करतो.]

भरत : (थोडे सावध होऊन) आर्य आर्य...

सुमंत्र : रूपाचाच नव्हे पण आवाजाचा किती सारखेपणा! प्रत्यक्ष महाराजांची प्रतिमाच बोलली असा मला क्षणिक भास झाला.

भरत : आर्य आपण सुमंत्र ना?

सुमंत्र : होय कुमार, मी सुमंत्रच... दीर्घायुष्याचा शाप मिळालेला सुमंत्र... महाराजांच्या निधनानंतरही आयुष्याचा रिकामा झालेला रथ हाकणारा सारथी मी सुमंत्र.

भरत : मातोश्रींचं कुशल आहे ना? (सुमंत्र अंगुलिनिर्देश करतो.) या वेषात मी मातांना ओळखू शकणार नाही. मला त्यांना अभिवादन करायचं आहे. तर ते मी कोणत्या क्रमाने करू ते सांगा.

सुमंत्र : कुमार, ह्या महाराज्ञी कौसल्यादेवी... रामचंद्रांच्या मातोश्री.

भरत : माते, हा निरपराधी भरत तुला नमस्कार करीत आहे.

कौसल्या : कुमार उगाचच मनाला लावून घेऊन जिवाचा संताप करून घेऊ नकोस.

भरत : माते, माझ्यावर हा तू अनुग्रह केला आहेस.

सुमंत्र : ह्या लक्ष्मणाची माता देवी सुमित्रा...

भरत : माते, बंधुप्रेमात लक्ष्मणाने ज्याला मागे टाकले तो भरत तुला वंदन करीत आहे.

सुमित्रा : कुमार, तुला सुयश लाभो.

भरत : माते, मी तुझा अनुगृहित आहे.

सुमंत्र : आणि कुमार, ही तुझी प्रत्यक्ष माता देवी कैकयी.

भरत : (एकदम रागाने उसळून) हा दुष्टे... यांच्याबरोबर तूही इथं आलीस? पवित्र गंगा-यमुनांच्या मधे घुसलेल्या एखाद्या गढूळ घाण ओहोळासारखी?

कैकयी : वत्सा भरता, माझ्या वागण्याचा अर्थ तुला कळला नाही. अरे मी काय केलं?

भरत : काय केलं असं तू विचारतेस? विसरलीस एवढ्यात? राम-लक्ष्मण-सीता यांना वनवास, महाराजांचं शोकावेगानं निधन, या प्रेमळ मातांना शोक, साऱ्या अयोध्यानगरीच्या डोळ्यांत अखंड अश्रुधारा या गोष्टींना कोण जबाबदार आहे? स्वत:बरोबर मलाही या घृणास्पद कृत्यानं गोवणारी गर्गशा तू... तू... मला विचारतेस असं मी काय केलं? धिक्कार धिक्कार असो तुझा!

कौसल्या : कुमार, मातेला तू नमस्कार नाही केलास.

भरत : माता? कोण माता? माझ्या माता तुम्ही! मातांनो, मी तुम्हाला पुन्हा नमस्कार करतो.

कौसल्या : नाही कुमार, असं भलतं बोलू नको. देवी कैकयी तुझी माता आहे.

भरत : एकेकाळी होती. पण आता नाही. जी स्त्री तिच्या मुलाच्या पित्याच्या

मृत्यूला कारणीभूत होते तिला माता कोण म्हणेल?

[कौसल्या-सुमित्रा जातात.]

कैकयी : भरता वत्सा, नीट ऐकून घे. आणि नंतर मला द्यायची ती दूषणं हवी तेवढी दे. वचननिष्ठा हा इक्ष्वाकूंचा आचारधर्म आहे. दिलेल्या वचनाला जागणं हे महाराजांचं कर्तव्य होतं. या कर्तव्यापासून ते कोणत्याही कारणास्तव विचलित होणार नाहीत हे पाहणं त्यांची सहधर्मचारिणी म्हणून माझं कर्तव्य ठरतं. महाराजांची अप्रीती, कुटुंबियांची कटुता आणि प्रजाजनांचा रोष पत्करला आणि म्हणूनच महाराज अखेरपर्यंत इक्ष्वाकूंच्या ब्रीदाला स्मरून वचननिष्ठ राहिले.या वचनपूर्तीची मी महाराजांना वेळीच आठवण करून दिली. कुलगुरू वसिष्ठ कुलोपाध्याय वामदेव आणि वयोवृद्ध आप्त सुमंत्र यांच्या साक्षीनं मनाविरुद्ध का होईना प्रत्यक्ष व्यवहारात इक्ष्वाकूंच्या आचारधर्माचं पालनच त्यांच्याकडून झालं. हे कर्तव्य मी यावेळी कठोर निर्धारानं पार पाडलं आहे. माझा मुलगाच राजा होईल हे महाराजांनी माझ्या लग्नाच्या वेळी माझ्या पित्याला दिलेलं वचन होतं.

भरत : रामदेखील तुझा मुलगाच होता ना? महाराजांचा मोठा मुलगा म्हणून, कौसल्यादेवींचा पुत्र म्हणून आणि आम्हा सर्वांचा वडील भाऊ म्हणून राज्यावर त्याचा अग्रहक्क नव्हता काय? तो राजा झाला असता तर आम्हा भावांमध्ये काय वितुष्ट आलं असतं? प्रजेला तो काय अप्रिय झाला असता?

कैकयी : माझा कोणताही मुलगा राजा व्हावा हे माझ्या पित्याला देण्यात आलेलं वचन नव्हतं. माझ्या लग्नसमयी महाराजांच्या दोन राण्या असूनही त्यांना पुत्रसंतान नव्हतं. म्हणून माझाच मुलगा राजा होईल असं वचन माझ्या लग्नाचं शुल्क म्हणून महाराजांनी माझ्या पित्याला दिलं होतं. माझं लग्न या अटीवर झालं होतं. लग्नाच्या वेळी दिलेल्या वचनानुसार भरतालाच राज्याभिषेक व्हायला पाहिजे, हे कटू सत्य आहे. तुमच्याइतकंच ते मलाही कटू आहे. पण ते सत्य आहे. सत्यनिष्ठेच्या व्यवहारात सोयीचे पर्याय नसतात.

भरत : मग रामाला वनवासाला धाडण्याचा आग्रह करण्यात आला तो का? हीसुद्धा लग्नसमयी दिलेल्या त्या वचनाची एक अट होती काय?

कैकयी : नाही, निश्चितच नाही... पण भरता, याचा खुलासा मी योग्य प्रसंगी करणंच उचित होईल. आता नाही.

[सुमंत्र वर जातो आणि विंगेत बघतो.]

भरत : हंऽऽऽ याचा खुलासाच तुझ्याजवळ नाही. तुझा अनिवार राज्यलोभ हाच

त्याचा खुलासा. पण या तुझ्या राज्यलोभात मला का गोवलंस? का? राजमाता म्हणून तुला मिरवायचं होतं ना? मग तुझी इच्छा रामानं पुरी केली नसती काय? धिक्ऽऽऽ..धिक्ऽऽऽ त्रिवार धिक्कार असो तुझ्या अधम अभिलाषचा! सदसद्विवेकानं जगाचं नियंत्रण करणाऱ्या त्या जगन्नियंत्यानंच तुला जन्माला घातली काय?

सुमंत्र : कुमार, इक्ष्वाकूंचे कुलगुरू वसिष्ठ, कुलोपाध्याय वामदेव अमात्य आणि मंत्री यांना घेऊन आपल्या राज्याभिषेकासंबंधी आपल्याशी बोलणी करायला आले आहेत. गुराख्याशिवाय गायींचा कळप आणि राजाशिवाय प्रजा दोघांचंही स्वास्थ्य फार काळ टिकत नाही.

भरत : (स्वत:शी) गुराख्याशिवाय गायींचा कळप राजाशिवाय प्रजा! (उघडपणे) सुमंत्र, प्रजाजनांची इच्छा असेल तर त्यांनी आता माझ्यामागून यावं.

सुमंत्र : राज्याभिषेक करून न घेता?

भरत : (तिरस्काराने कैकयीकडे बोट दाखवून) राज्याभिषेक ना? आता करा या सत्यव्रतदेवीला राज्याभिषेक! मी निघालो.

सुमंत्र : आपण कुठं जाणार कुमार?

भरत : सौमित्रप्रिय रामचंद्रांकडे. सुमंत्र, आता अयोध्येला जाण्यात काय अर्थ आहे? रामाशिवाय अयोध्या अयोध्या नाही. रामाचं वास्तव्य ज्या जागी असेल ती माझी अयोध्या. त्या अयोध्येला मी जाणार.

[भरतबरोबर सुमंत्र जातो.]

[कैकयीचे स्वगत.]

कैकयी : या सत्यव्रतदेवीला करा राज्याभिषेक! राज्यलोभामुळे तू रामाला वनवासाला धाडलंस... भरता वत्सा, असं कुत्सित, ओंगळ बोलणं तू मला... प्रत्यक्ष तुझ्या मातेला बोलावंस? काय हा आरोप! मी माझ्या मुलांवरचं प्रेम विसरले? माझ्या मनात काय राज्यलोभाचा स्वार्थ आहे? हा हंत! काय हा अपसमज! संशयापेक्षाही भयंकर! सहस्त्रशीर्ष, सहस्त्रजिव्हा, सहस्त्रबाहूंचा दाहक भयाण भस्मासुर. या ब्रह्मराक्षसामुळेच मी यापुढे लोभी, कपटी, मत्सरी, दुष्ट ठरणार काय? दुष्टे नियती, या कैकयीचं भविष्य तुझ्या लेखी काय लिहून ठेवलं आहे? भविष्याच्या अदृष्ट अंधारात विसावलेल्या माझ्या पुण्यश्लोक श्वशुरांनो, सांगा ही तुमची सून खरी कोण आहे? अदृश्य भूत... अतर्क्य भविष्य... कैकयी याची काळजी करण्याचं तुला कारणच नाही? प्राप्त वर्तमानात तू कशी वागतेस हे महत्त्वाचं आहे. इक्ष्वाकूंच्या ब्रीदाला जागून जर आज सत्यनिष्ठेनं

वागली असशील तर अपसमजाचा हा ब्रह्मराक्षस हवा तेवढा गोंधळ घालू दे. त्याची चिंता तुला कशाला? वर्तमानाचा सत्यनिष्ठ व्यवहार हाच कालचा भविष्यकाळ असतो आणि उद्याचा भूतकाळ ठरतो. काल, आज आणि उद्या. वर्तमानाचा हा अनादिअनंत व्यवहार आहे! भूत आणि भविष्यात जगायचे असेल तर वर्तमानात तुला जागं राहिलं पाहिजे. अपसमाजाच्या भस्मासुराला भीक न घालता कैकेयी, तुला सत्यनिष्ठेनंच जगलं पाहिजे.

(गाणे... राग शंकरा)

मी जाया धर्ममाया
पतिवच पाळित कैकयदुहिता
रविकुलप्रखरव्रता या।।धृ।।
मौन धरिती धीमंत सुमंतही
जाणुनि अनृत वरिता
शापशबल व्रतवंचित जीवित
सत्त्वची जाई विलया ।।१।।

[अंधार होतो.]

[जंगलचा/आश्रम पडदा.]

[भरत प्रवेश करतो—आश्रम)

(गाणे... राग सूर्यकंस मिश्र)

कधी भेटेन वनवासी वियोगी रामचंद्राला
मला ते पाय अंतरले कुळाला काळिमा आला ।।धृ।।
कशी राहील कांतारी विरागी जानकी राणी
तिच्या वाटेवरी आता फुलांनो पाकळ्या घाला ।।१।।
तुझे सौभाग्य सौमित्रा वनी तू राघवासंगे
अभागी मीच हा ऐसा जाऊनी सांग रामाला ।।२।।
नका शंका धरू काही नसे हो हाव राज्याची
नका भावावरी कोपू जिवीच्या जीवना रामा।।३।।

भरत : माझ्या मातेच्या इच्छेनुसार वागून तिने ज्याला लाजेनं खाली पहायला लावलं ते माझं परमदैवत रामचंद्र कुठं आहे? सुमंत्र, मला त्यांचा आश्रम दाखवा.

सुमंत्र : हे तपोवन. त्या समोरच्या आश्रमात सत्य, शील आणि भक्ती राहतात.

भरत : सत्य, शील आणि भक्ती?

सुमंत्र : हो. राम, सीता आणि लक्ष्मण.

भरत : सुमंत्र, मी आल्याची वर्दी द्या त्यांना.

सुमंत्र : कुमार, कोण आलं आहे म्हणून सांगू?

भरत : (थोडा विचार करून) सांगा... राज्यलोभी कैकयीचा पुत्र आला आहे.

सुमंत्र : वडील माणसांबद्दल असे निंदापर उद्गार आपण काढू नयेत कुमार.

भरत : ठीक आहे. (छद्मीपणाने) वडील माणसांची निंदा नाही करीत. इक्ष्वाकू कुळाचा कलंक असा नतद्रष्ट भरत त्यांना भेटायची इच्छा करतो आहे असं सांगा...

सुमंत्र : हासुद्धा इक्ष्वाकू कुळाचा अधिक्षेप आहे कुमार. माझ्याने हे सांगवणार नाही. मी एवढचं सांगतो भरत आला आहे.

भरत : नाही सुमंत्र... विशेषणाशिवाय नुसतं नाव सांगितलंत तर घडल्या गोष्टींचा माझ्यावर काहीच परिणाम झाला नाही असा त्यांचा समज होईल... खरंच... ब्रह्महत्येपेक्षाही भयंकर असं पातक करणाऱ्या माणसाची वर्दी कशी द्यावी हे कळत नाही. (विचार करून) सुमंत्र, तुम्ही स्वस्थ राहा. मीच माझी वर्दी देतो... (मोठ्याने ओरडून)

साकी

पितृवचन प्रतिपालक रामा
विदित असो हे तुजला कृतघ्न निर्दय परी तुजवरी
अनन्यभक्ति असलेला
आला भेटीला, धिक्कारी वा स्वीकारी याला ।।

[भरताचा आवाज ऐकून वल्कलवेषधारी राम, सीता व लक्ष्मण बाहेर रंगशीर्षात येतात.]

राम : (आनंदाने) सौमित्रा, लक्ष्मणा तू ऐकलास? वैदेही तुला ऐकू आला? मेघगर्जनेला दाबून टाकणारा, महाराजांच्या आवाजासारखा हा मंद्रगभीर आवाज ऐकलात? कोणाचा हा आवाज? मला शंका येते. हा कोणा आपल्या आप्ताचाच आवाज आहे.

लक्ष्मण : मलासुद्धा असंच वाटतं. कोणा इक्ष्वाकूचा आवाज. शिंगांनी वारुळं उद्ध्वस्त करीत स्वैर फिरणाऱ्या एखाद्या मदमत्त वृषभासारखा. मंद्रगभीर, सघन, सकंप तरीही स्पष्ट आणि स्वरमधुर...

राम : माझ्या हृदयात सौहार्द निर्माण करणारा हा आवाज आपल्या आप्तांशिवाय इतर कोणाचा असणंच शक्य नाही. लक्ष्मणा, पाहा बरं बाहेर कोण आलं आहे.

[लक्ष्मण बघावयास बाहेर येतो.]

भरत : अरे, कोणी काहीच कसं उत्तर देत नाही. मी कैकयीपुत्र भरत आलो आहे, हे त्यांना अगोदर तर कळलं नाही?

लक्ष्मण : (रामासारख्या दिसणाऱ्या भरताला पाहून आश्चर्याने) अरे हा राम... नाही... नाही... मग रामासारखा दिसणारा हा कोण? याचा मुखचंद्र तर रामचंद्रासारखाच आहे... याची भरदार छाती पाहून देवासुर युद्धात राक्षसांचे बाण झेलणाऱ्या महाराजांच्या शरक्षत वक्षस्थलाची आठवण येते. याच्या प्रसन्न चेहऱ्याभोवतीची तेजस्वी आभा पाहून शंका येते... हा नरपती देवेंद्र आहे की प्रत्यक्ष देवाधिदेव मधुसूदन आहे.(सुंमत्राला पाहून) अरे वा... सुमंत्रसुद्धा आले आहेत की...

[सुमंत्र पुढे येतो.]

सुमंत्र : सुमंत्र, हा कोण? लक्ष्मणा... रघूपासून हा चौथा, अजापासून तिसरा... आणि राजा दशरथाचा हा दुसरा मुलगा...भरत. रामचंद्राचा धाकटा बंधू... आणि तुझा मोठा भाऊ भरत.

लक्ष्मण : (आनंदाने) इक्ष्वाकू कुमार भरता, तुझं कल्याण असो. यज्ञकार्यासाठी ज्यानं आपली सारी संपत्ती खर्च केली; असुरांशी युद्ध करताना दाखवलेल्या शौर्यामुळे ज्याची तुलना इक्ष्वाकू वंशातील बलाढ्य राजांबरोबर करण्यात येते; ज्याच्या धनुष्याचा टणत्कार इंद्रवज्राच्या गगनभेदी आवाजाची आठवण करून देतो त्या पराक्रमी अद्वितीय रघूसारखाच तू कीर्तिमान हो!

भरत : कुमार, मी आभारी आहे.

लक्ष्मण : भरता, तू इथंच थाबं. मी रामचंद्राला कळवतो की भरत आला आहे.

भरत : लक्ष्मणा, लवकर जा आणि कळव. रामचंद्राला भेटून त्याला केव्हा वंदन करीन असं मला झालं आहे.

लक्ष्मण : (रामाजवळ जाऊन) आर्य, तुमची केवळ प्रतिमा असा तुमचा धाकटा बंधू भरत आला आहे.

राम : (उत्सुकतेने) भरत इथं आला आहे?

लक्ष्मण : होय आर्य.

राम : लक्ष्मणा, भरताला इकडे घेऊन ये. नाहीतर तू इथंच थांब. सीतेला जाऊ दे. भरताला ती आदराने घेऊन येईल.

सीता : (आनंदाने) जशी आर्यपुत्रांची आज्ञा! (सीता भरताकडे जावयास निघते. भरताला बघताच आश्चर्याने थांबते. भरताचे रामाशी असलेले रूपसादृश्य पाहून अवाक होते.) (स्वगत) क्षणभर मला भास झाला आर्यपुत्र रामचंद्रच

उभे आहेत. किती साम्य आहे या दोघांच्या चेहऱ्यामोहऱ्यात.

सुमंत्र : कुमार, ह्या आमच्या सूनबाई वैदेही.

भरत : जनकसुता वैदेही. (स्वगत) भूमी नांगरताना गवसलेलं हे तेजस्वी स्त्रीरत्न म्हणजे राजाधिराज जनकाच्या तपश्चर्येचं प्रत्यक्ष फळ. (उघड) आर्ये, मी तुला नमस्कार करतो.

सीता : (भरताचा आवाज ऐकून) नुसतं रूपच नाही तर आवाजसुद्धा रामचंद्रासारखाच. (उघड) कुमार, चिरंजीव व्हा!

भरत : देवी, मी धन्य झालो.

सीता : रामचंद्रांच्या भेटीला चला.

[रामाकडे घेऊन जाते.]

भरत : आर्य, हा भरत तुम्हाला नमस्कार करतो.

राम : इक्ष्वाकू कुमारा, आयुष्मान भव! भरता, तुझं नेहमी कल्याण असो. ये, ये. तुझ्या विशाल बाहूंनी कवटाळून मला आलिंगन दे. शरदपुनवेच्या चंद्रासारखा शीत शांत तुझा चेहरा... माझ्या दग्ध शरीराचा दाह तुझ्या शीतल स्निग्ध आलिंगनाच्या चांदण्यात विश्रांत होऊ दे!

[राम व भरत एकमेकांना मिठी मारतात.]

भरत : मी कृतार्थ झालो आर्य.

सुमंत्र : (आनंदाने) या मंगल प्रसंगी तुम्हा सर्वांचा जयजयकार असो!

राम : सुमंत्र, मला स्वर्गस्थ महाराजांची तीव्र आठवण येते.

भरत : मी आता इथंच राहून आपली सेवा करणार.

राम : पण इथं वनवासात लक्ष्मणानंच सेवा करावयाची आहे आणि तू अयोध्येला राहिल्यानंच तुझ्याकडून माझी सेवा होणार आहे.

भरत : नाही आर्य, असं म्हणू नका... मी इथंच राहणार. तुमच्या नावाच्या पुण्याईनं अयोध्येचं राज्य तिकडे सुरक्षित चालेल याबद्दल मला शंका नाही.

राम : वत्सा कैकेयीपुत्रा, असं म्हणू नकोस. मी वनवासात आलो तो कोणाला भिऊन नव्हे अथवा निराश होऊन नव्हे. तसंच प्रौढी म्हणूनही नव्हे. तर पित्यानं दिलेलं वचन व्यवहारात खरं ठरावं म्हणून... सत्यवचन आणि वचननिष्ठा... इक्ष्वाकू कुळाचं हे मोठं धन आहे. हे विसरून भरता, तू इथं राहण्याचा भलताच आग्रह कसा धरतोस?

सुमंत्र : कुमार, इथंच राहिले तर अभिषेकाचं उदक कोणाच्या शिरावर पडणार?

राम : याबद्दल तुम्हाला अजून शंका आहे सुमंत्र? माता कैकयीच्या म्हणण्याप्रमाणे

ते कैकयीपुत्र भरताच्या शिरावर पडणार.

भरत : आर्य... आर्य, असा जखमेवर पुन्हा पुन्हा वार करू नका. तुमचं माझं कुळ एक. तुमचे वडील तेच माझेही वडील. राजकुमार, माझ्या मातेचा दोष माझ्यावर का लादता? रामचंद्रा, या दु:खी भरताकडे तुम्ही अनुकंपेनं कधीच बघणार नाही का?

सीता : आर्यपुत्र, भरतभाऊजी किती काकुळतीनं बोलताहेत. आपण कसला विचार करीत आहात?

राम : मैथिली, मला महाराजांची आठवण झाली आणि वाईट वाटलं. अग भरतासारख्या सद्‌गुणी, शालीन, धीरोदात्त मुलाचे हे गुण तो आजोळी राहिल्यामुळे महाराजांना कधीच दिसले नाहीत याचं मला दु:ख होतं. एवढा गुणी मुलगा मिळूनही त्याचे गुण पित्याच्या दृष्टीस पडू नयेत अशी व्यवस्था त्या कुटिल नियतीनं तर केली नव्हती? वत्सा भरता, तुझ्या निर्मळ सौजन्यपूर्ण वागणुकीनं मी भारावून गेलो आहे. पण वत्सा, आपल्या पित्याच वचन कधी खोटं ठरणार नाही याची आपण दोघांनीही काळजी घेतली पाहिजे. अरे, तुझ्यासारख्या सदगुणी पुत्राचा पिता लौकिकात असत्यवचनी ठरला तर तुला ते आवडेल?

भरत : ते काही असलं तरी तुझा वनवास संपेपर्यंत हे राजा, मी इथंच तुझ्या पायाजवळ राहाणार.

राम : असा वेडेपणा करू नकोस. अयोध्येला जाऊन तुझ्या राज्याचा तू सांभाळ केला नाहीस तर भरता, तुला माझी शपथ आहे.

भरत : आर्य, काय केलंत हे? या तुमच्या निर्वाणीच्या बोलण्याला माझ्याजवळ उत्तर नाही. (विचार करून) ठीक आहे. निरुपाय म्हणून अयोध्येला जाऊन मी तुमच्या राज्याचा सांभाळ करीन. पण एका अटीवर...

राम : कोणती अट?

भरत : चौदा वर्षांच्या वनवासानंतर ठेव म्हणून सांभाळलेलं तुमचं राज्य तुम्ही परत घेतलं पाहिजे.

राम : (विचार करून) मान्य आहे.

भरत : (आनंदाने) लक्ष्मणा, ऐकलंस? देवी, ऐकलंत? सुमंत्र, ऐकलंत ना?

लक्ष्मण : आम्ही सर्वांनी ऐकलं. (सीता व सुमंत्र मान डोलावतात.)

भरत : आणखी एकच मागणं आहे.

राम : वत्सा, आणखी काय तुझी इच्छा आहे?

भरत : ज्यांच्यावर माझं मस्तक ठेवून मी तुम्हाला नमस्कार केला त्या या तुमच्या

पादुका मला द्या. तुमचा वनवास संपून तुम्ही अयोध्येला परत येईपर्यंत या पादुकांच्या आज्ञेत राहून मी अयोध्येचं राज्य सांभाळीन.

राम : (आनंदाने हसून) वत्सा भरता, शालीन आणि सत्यव्रत असा लौकिक मिळवायला मला इतकी वर्षं घालवावी लागली. पण तू मात्र काही क्षणात तो पाहता पाहता मिळवलास.

सीता : आर्यपुत्र, भरतभाऊजींची मागणी मान्य करणार ना तुम्ही?

राम : वत्सा... (पादुका देतो.)

भरता : आर्य माझ्यावर मोठी कृपा केलीत. (पादुका घेऊन डोक्याला लावतो.) आता या पादुकांनाच अभिषेक करण्यात यावा अशी माझी इच्छा आहे.

राम : सुमंत्र, भरताच्या इच्छेप्रमाणे सारं काही होऊ द्या.

सुमंत्र : जशी कुमारांची आज्ञा!

भरत : (आनंदाने) आता मी माझ्या आप्तांच्या विश्वासास खरा पात्र झालो. स्वर्गस्थ पित्याचा आवडता सुपुत्र ठरलो. प्रजाजनांना मी आता प्रिय होईन. लोकांचा आदर्श ठरेन. सत्यनिष्ठ भावांचा भाऊ. सत्कीर्तीचं निधान. सज्जनांच्या कौतुकाचा विषय. हे सारं सारं मी आज झालो.

राम : सुमंत्र, महाराजांचा तुम्ही जसा सांभाळ केला तसाच हा राजपुत्र आता सांभाळा.

सुमंत्र : मी जिवंत आहे तोपर्यंत करीनच.

राम : चल वत्सा भरता, मैथिली, लक्ष्मणा चला, आपण आश्रमाच्या दारापर्यंत जाऊन यांना निरोप देऊया.

(सर्व जातात.)

[दुसरा अंक समाप्त]

अंक ३

सीता : निर्माल्याची फुलं झाडून मी आश्रमाचं हे अंगण स्वच्छ केलं आहे. आश्रमातील झाडांच्या फुलांनीच देवतार्चन आटोपलं आहे. आता ह्या रोपट्यांना पाणी घालायचं तेवढं राहिलं आहे.

[पाणी घालण्यास जाते. पाणी घालता घालता -]

(गाणे... राग मिश्र पहाडी)

घाई नको बाई अशी आले रे बकुळफुला
देते जलसंजीवन बंधुजीव आसुसला
नको नको घाई नको बाई अशी आले रे बकुळफुला ।।धृ।।
कळे न काही आज असा का अशोक हिरमुसला
थांब जरा मंदारा विसरले न मी तुला ।।१।।
पिऊन चांदणे सरात चांदरात ओसरता
खुणावीत मधुमालिनी बोलविती हळूच मला ।।२।।
लहरवलयी कमलकळी नाचत फुलता फुलता
मुचकुंदही हो मलूल बघुनी दूर चंद्रकला ।।३।।

[सीता जाते. राम प्रवेश करतो.]

राम : मला अभिषेक करण्याच्या हेतूनं भरत इथं आला होता. पण मी त्याला तसाच परत पाठविला. राज्यव्यवहाराची काळजी त्याला एकट्यालाच घ्यावी लागणार याचं दु:ख वाटतं. भरताची अनुकंपा येऊन मन उदास होतं. अशा वेळी सहधर्मचारिणी मैथिलीशी काही सुखसंवाद करावा हे उत्तम... (इकडे तिकडे पाहून) पण वैदेही कोठे दिसत नाही. झाडांच्या ओल्या बुंध्यांवरून वैदेहीनं नुकतंच त्यांना पाणी घातलं असं वाटतं. ती इथं जवळच असली पाहिजे. (पाहून) ती त्या झाडापलीकडे आहे की... (तिच्याकडे कौतुकाने पाहत) आरसा

हातात धरतानासुद्धा जिच्या नाजूक हातांना कष्ट व्हायचे. तीच वैदेही आता पाण्याचा भरला घडा आता किती सहज उचलते. तपोवनातील हे तपस्वी जीवन नाजूक स्त्रियांनासुद्धा वनलतांसारखं काटक बनवतं.

(गाणे... राग दुर्गा)

या लता शिकवती रीत
अशी वरि वनिता
काटकता अभय प्रीत।।
करि धरिता मुकुरभार
सहे न हृदयी पुष्पहार
सहज उचली जलकुंभा ही विनीत।।

राम : मैथिली, तुझं आह्निक व्यवस्थित चालू आहे ना? तुझ्या कामात फारसा व्यत्यय होणार नसेल तर इथं माझ्याजवळ येऊन बैस.

सीता : हो. आलेच मी आर्यपुत्र.

[सीता येते.]

राम : तुझ्या तत्परतेवरून तुलाही माझ्याशी काही बोलायचं आहे असं दिसतं. काय आहे ते?

सीता : आर्यपुत्र तुम्ही आज उदास दिसत आहात. तुमची मुद्राही उतरलेली दिसत आहे. काय कारण आहे?

राम : बरोबर ओळखलंस. आज मी एका विचित्र चिंतेत आहे. दु:खाचा व्रण हृदयात अजून वाहातोच आहे. शोकाचे तीक्ष्ण शर पुन्हा पुन्हा टोचत आहेत.

सीता : आर्यपुत्र, आज एवढा शोकावेग येण्याचं कारण?

राम : कारण तसंच आहे. उद्या महाराजांच्या सांवत्सरिक श्राद्धाची तिथी आहे. पुत्रांनी श्राद्धविधी व्यवस्थित करावा अशी पितरांची इच्छा असते. पण आपण तपोवनात आहोत. इथं तो विधी यथासांग कसा पार पाडावा याची मला चिंता आहे. तपोवनात असताना साधेपणानं पण श्रद्धेनं आपण श्राद्ध उरकलं तर महाराज स्वर्गात रागावणार नाहीत हे खरं, पण या तपोवनातही महाराजांच्या श्रेष्ठपणाला आणि माझ्या कर्तृत्वाला शोभेल असा श्राद्धविधी करणं मला वाटतं माझं कर्तव्य आहे.

सीता : आर्यपुत्र, भरतभाऊजी तिकडे अयोध्येत महाराजांचं श्राद्ध यथोचित थाटात करतीलच. या तपोवनात फक्त पुष्प-उदक श्रद्धेनं अर्पण करूनच तुम्ही ते पार पाडू शकता... एवढ्यानंही महाराजांचा आत्मा संतुष्ट होईल.

राम : मैथिली, दर्भावर पिंड म्हणून ठेवलेली रानफळं पाहून स्वर्गात महाराजांना दु:खच होईल. माझ्या वनवासाची त्यांना पुन्हा आठवण होईल.

[मुनिवेष घेतलेला रावण प्रवेश करतो.]

रावण : (स्वगत) तपोवनातल्या ऋषींच्या तपश्चर्येत राक्षसांनी विघ्न आणलं म्हणून माझा मित्र खर या राक्षसाचा या वल्कलवेषधारी रामानं वध केला. मी असा वेष बदलून रामाची पत्नी वैदेही हिला विश्वासघातानं पळवणार. आणि मित्र-वधाचा सूड घेणार. (इकडे तिकडे शोधक दृष्टीने पाहून) हाच तो रामाचा आश्रम. अतिथी असल्याची नि:शंक बतावणी केली पाहिजे. (उघड) कोणी आत आहे का? मी अतिथी आलो आहे, अतिथी!

राम : (आतून) अतिथीचे स्वागत असो! (बाहेर येतो.)

रावण : (रामाला पाहून, स्वगत) वा, किती तेजस्वी व्यक्तिमत्त्व! याच्या स्वराहून याच्या रूपाचं तेज विशेष आहे.

राम : अरे वा! मुनिवर्य आले. या, या, या. मुनिवर्य, मी राम आपल्याला नमस्कार करतो.

रावण : (लांब राहून) स्वस्ति स्वस्ति स्वस्ति!

राम : मुनिवर्य, आपण असे आसनावर बसावे.

रावण : (चमकून... स्वगत) अरे... याच्या विनंतीतसुद्धा आज्ञेची जरब आहे. (उघड) ठीक आहे. ठीक आहे.

राम : मैथिली, पाद्यपूजेची सामग्री घेऊन ये.

सीता : जशी आपली इच्छा.

रावण : (आपले सोंग उघड होऊ नये म्हणून लांब राहत) ठीक आहे, ठीक आहे. देवींना त्रास होऊ देऊ नये. पाद्यपूजेची आवश्यकता नाही.

राम : त्यांना संकोच वाटतो आहे. मैथिली, त्यांची पाद्यपूजा मीच करतो. आण!

रावण : (दुरून) पाद्यपूजेची खरंच गरज नाही. त्याचं असं आहे... सहसा मी कोणाची सावली माझ्यावर पडू देत नाही. त्या बेतानंच मी दूर असतो. मग पाद्यपूजेचा प्रश्न येतोच कुठं? आणि असं पाहा. मधुर भाषण करूनसुद्धा अतिथीचा सत्कार करता येतो. आणि खरं सांगू? तुमच्या प्रेमळ भाषणानं तो झालाच आहे. बसावं आपण.

राम : ठीक आहे. जशी आपली इच्छा. मुनिवर्य, आपण इथं कसं येणं केलंत?

रावण : मी ब्राह्मण आहे. काश्यप गोत्री. माझं वेदांचं अध्ययन सांगोपांग झालं आहे. शिवाय मनूचं धर्मशास्त्र, महेश्वराचं योगशास्त्र, बृहस्पतीचं अर्थशास्त्र,

मेधातिथीचं न्यायशास्त्र, प्रचेतसाचा श्राद्धकल्प आणि त्यांच्या ग्रंथांचा माझा सूक्ष्म अभ्यास आहे.

राम : काय म्हणता? श्राद्धकल्पाचा आपण अभ्यास केला आहे?

रावण : होय तर. प्रचेतसाच्या श्राद्धकल्पाचा मी खोल अभ्यास केला आहे. पण काय हो सगळ्या श्रुती वगळून श्राद्धकल्पाविषयीच आपण चौकशी करत आहात ती का? काही विशेष?

राम : मुनिवर्य, माझ्या वडिलांचं निधन झाल्यामुळे श्राद्धविधीची मला माहिती हवी आहे.

रावण : काही संकोच करू नका. काय विचारायचं आहे ते मोकळ्या मनानं विचारा.

राम : मुनिवर्य, श्राद्धकाळी पितरांचं तर्पण कशानं करावं?

रावण : श्रद्धया दत्तम् इति श्राद्धम्! जे श्रद्धेनं अर्पण केलं जातं ते श्राद्ध.

राम : ते खरं मुनिवर्य, पण विहित श्राद्धाला कोणत्या वस्तूंची आवश्यकता असते?

रावण : ऐका, वनस्पतींत दर्भ, औषधींत तीळ, शाकभाजीत वाटाणा, मत्स्यात महाशफर, पक्ष्यात वार्घ्राणस, पशूत बैल, गेंडा... वगैरे वगैरे गोष्टी श्राद्धाला विहित मानल्या जातात.

राम : वगैरे वगैरे आपण म्हणालात त्यावरून आणखी एखादी गोष्ट सांगावयाची राहिली असावी असं वाटतं.

रावण : आहे तर! अहो पण ती सहज मिळण्यासारखी नाही म्हणून सांगितली नाही. ती मिळवण्याकरिता फार प्रयत्न करावे लागतात. फार कष्टाचं काम आहे ते.

राम : (आवेशाने) मग माझ्या वडिलांच्या श्राद्धाकरिता ती दुर्मिळ वस्तू मिळवणं हीच माझी ईर्ष्या आहे. मुनिवर्य, तप आणि चाप ही दोन आयुधं माझ्याजवळ सिद्ध आहेत. तपानं जे मिळणार नाही ते चापानं मी मिळवतो. चापानं मिळणं अशक्य ते मी तपश्चर्येने प्राप्त करून घेतो. मला अशक्य काय आहे? मुनिवर्य, बोला ती दुर्मिळ वस्तू कोणती?

रावण : आहे, आहे, पण ती हिमपर्वतावर आहे. या तपोवनाच्या परिसरात ती मिळणार नाही.

राम : हिमपर्वतावर म्हणता?

रावण : हिमपर्वताच्या सातव्या शिखरावर. भगवान शंकराच्या मस्तकापासून पडणाऱ्या गंगेचे पवित्र पाणी पिणारे; ज्याच्या पाठीचा कृष्णवर्ण वैडूर्याप्रमाणे तेजस्वी तकतकीत आहे; ज्यांचा पार्श्वभाग सुवर्णकांतीनं झळाळणारा आहे;

धावताना जे प्रत्यक्ष वायूशी स्पर्धा करतात असे ते तेजस्वी पार्श्वकांचनमृग हिमालयाच्या सातव्या शिखरावर आहेत. वैखानस, वालखिल्य, नैमिषीय आदी महर्षींनाच ते प्राप्त होतात आणि एकदा प्राप्त झाले की ते मृग तात्काळ मृत्यू पावतात. त्यांच्या मांसाचे पिंड देऊन ते तेजस्वी ऋषी आपल्या पितरांची श्राद्धं यथासांग उरकतात.

राम : अस्सं?

रावण : अशा यथासांग केलेल्या पितृयज्ञाने स्वर्गात पितर संतुष्ट होतात. स्वर्गाच्या पलीकडे असलेल्या देवलोकी पोहोचतात. चिरंजीव होऊन देवांच्या कायम सहवासात राहातात. वासनामुक्त होऊन जन्ममरणाच्या फेऱ्यातून कायमचे सुटतात.

राम : ठरलं... ठरलं... मैथिली, ज्यांचं आजपर्यंत मुलांप्रमाणे पालनपोषण केलंस त्या या वृक्षवल्लरींचा आणि तपोवनातल्या तुझ्या मृगमित्रांचा निरोप घे. हे तपोवन सोडून दिव्य औषधींच्या जंगलांनी व्याप्त असलेल्या हिमगिरीवर आता आपल्याला जायचं आहे.

सीता : जशी आर्यपुत्रांची आज्ञा!

रावण : अहो थांबा. एवढे अधीर होऊ नका.

राम : का?

रावण : ज्या पार्श्वकांचनमृगांच्या शोधात तुम्ही हिमगिरीवर जातो म्हणता ते मृग असे सहजासहजी माणसांच्या दृष्टीस पडत नाहीत.

राम : अहो, तुम्हीच म्हणालात ना की ते हिमगिरीवर आढळतात म्हणून.

रावण : ते खरं पण... ते दिसतात तपस्व्यांना, माणसांना नाही.

राम : हिमगिरीच्या परिसरात मी पाय ठेवण्याचा अवकाश मला ते मृग दिसलेच पाहिजेत. हिमगिरीनं ते माझ्यापासून लपवून ठेवले तर मुनिवर्य... हे धनुष्य बघितलं? एखाद्या क्रौंचपक्ष्याच्या चिंधड्या उडवाव्या तशी मी त्या हिमगिरीची अवस्था करीन.

रावण : (स्वगत) याची आत्मप्रौढी आता तापदायक वाटायला लागली. [एवढ्यात वीज चमकावी तसा झळाळ.]

राम : (बाहेर पाहून) वीज झळकल्याचा भास झाला काय हो?

रावण : (हसून) आर्य, आपण आताच हिमगिरीला धाक दाखवलात ना? घाबरला तो, तुम्हाला शरण आला. तो पाहा पार्श्वकांचनमृग त्यानं इथंच पाठविला. त्याच्या दिव्य कांतीचाच हा झळाळ.

राम : मुनिवर्य, आपल्या कृपेचाच हा प्रसाद.

रावण : दैवानं आर्यांवर कृपा केली म्हणायची.

राम : महाराजांचं नशीब थोर म्हणून हा कांचनमृग या परिसरात आज दिसतो आहे. मैथिली, लक्ष्मणाला सांग त्याची मृगया करून त्याला आश्रमात घेऊन ये.

सीता : आर्यपुत्र, कुलपती यात्रेवरून परत आले म्हणून त्यांना भेटायला तुम्हीच नाही का लक्ष्मणभाऊजींना पाठवलं?

राम : मग मीच जातो तर...

सीता : आपण जाता? मग मी इथं काय करू?

राम : तू मुनिवर्यांना काय हवं-नको ते बघ.

सीता : जशी आपली आज्ञा!

[राम धनुष्य घेऊन जातो.]

रावण : (कांचनमृगामागे धावणाऱ्या रामाचा आवेश बघून) काय हा आवेश! काय हा वेग! पण तो मृगसुद्धा तेवढाच चपळ. एका उडीत तो बाणाच्या टप्प्यापलीकडे गेला. तपोवनाच्या गर्द झाडीत नाहीसासुद्धा झाला.

सीता : आर्यपुत्र जवळ नाहीत... मला बाई भीती वाटते.

रावण : (स्वगत) संमोहात भूल पाडून रामाला तपोवनापासून दूर तर नेले. आता सीतेला पळवायची!

सीता : आत जावं हे बरं.

रावण : (यतीचा वेष टाकून) थांब सीते... थांब, चाललीस कुठं?

सीता : अगबाई हा कोण?

रावण : हा कोण? (हसतो.) तुला माहीत नाही? इंद्राला सर्व देवांसह युद्धांत जिंकणारा मी रावण. विद्रूप करण्यात आलेल्या शूर्पणखेचा आणि वध करण्यात आलेल्या दोन राक्षसांचा मी मोठा भाऊ रावण. आपल्या तपोबलाचा आणि धनुर्विद्येचा फाजील अभिमान बाळगणाऱ्या त्या उद्धट रामाला युक्तीने दूर पाठवून हे सुलोचने सीते, आता तुला पळवून नेणारा मी रावण.

सीता : (घाबरून) रावण... [आत जाऊ लागते.]

रावण : अग माझ्या दृष्टीस एकदा पडल्यानंतर आता तू कशी सुटशील?

सीता : धावा! धावा! वाचवा. आर्यपुत्र, सौमित्र, वाचवा! वाचवा!

रावण : (हसून) हा आक्रोश व्यर्थ आहे. सीते, ऐक. देवाधिदेव इंद्राला मी पराजित केला. सूर्यपुत्र यमाला बांधला, चंद्राला कोंडला, ज्याचं नाव ऐकून कुबेराला कापरं भरतं अशा या भ्याड देवतांचं निवासस्थान असलेला तो स्वर्ग... थू...

थू... अग, तुझ्यासारखी विशालाक्षी ज्या भूमीवर वस्तीला आहे ती स्वर्गापेक्षाही धन्य नाही का?

[सीतेजवळ जाण्याचा प्रयत्न करतो.]

सीता : वाचवा... वाचवा... धावा... आर्यपुत्र, लक्ष्मणा धावा...धावा!

रावण : (हसून) सीते, रामाला हाका मार, लक्ष्मणाला हाका मार, नाहीतर तुझ्या स्वर्गस्थ सासऱ्याला बोलाव. आता भीती? भीती नाही. अग, मृगशावकांची भीती कधी वाघाला वाटते काय?

सीता : धावा... धावा... वाचवा... वाचवा... आर्यपुत्र धावा. सौमित्रा लक्ष्मणा धावा, वाचवा...

रावण : विशालाक्षी वैदेही... हा व्यर्थ विलाप कशाकरिता? अग आता राम म्हणून माझा स्वीकार कर. तो राम शक्तिशाली असेल, पराक्रमी असेल, त्याला साऱ्या देवांचं साहाय्यही असेल, पण सीते, तो राम युद्धात या रावणासमोर टिकणार नाही.

सीता : रावणा, तुला माझा शाप आहे.

रावण : शाप? पतिव्रतेचा शाप? अरे आकाशात अनिर्बंध संचार करीत असताना प्रत्यक्ष सूर्य ज्याला जाळू शकला नाही, तो मी रावण. हिच्या शापाच्या चार-दोन शब्दांनी भाजून निघतो आहे.

[सीतेला धरतो.]

सीता : आर्यपुत्र, वाचवा... वाचवा...

रावण : ऐका, जनस्थानवासी तपस्व्यांनो ऐका, हा दशकंठ रावण सीतेला बळानं पळवून नेत आहे. रामाला आपल्या क्षात्रवृत्तीची काही चाड असेल तर त्यानं आपला पराक्रम दाखवावा.

सीता : वाचवा... वाचवा... आर्यपुत्र वाचवा!

रावण : (सीतेला घेऊन जात असताना) अरे हा कोण? (पाहून) जटायू? आपल्या प्रबळ पंखांच्या फडफडाटानं साऱ्या वनाला झंझावाताचे झोलझोके देणारा हा जटायू. आपली तीक्ष्ण चोच विस्फारून क्रोधानं माझ्यावर चालून येत आहे. ये, ये, जटायू, तूही ये... माझ्या खड्गानं तुझे पंख क्षणार्धात छाटतो. तुझ्याच रक्तानं माखून तुला यमसदनाला पाठवतो. ये... ये... ये... जटायू... ये... ये...

[सीता आक्रोश करीत आहे. सीतेला घेऊन रावण निघून जातो.]

[किंचित वेळाने तपोवनातील दोन वृद्ध तपस्वी प्रवेश करतात. आकाशातील दृश्य बघून घाबरून ओरडतात.]

तपस्वी १ : धावा... धावा... नीलकमल कांतीचा हा रावण सीतेला जबरीनं पळवून नेत आहे. निशाचरांचा राजा हा व्याघ्र एका असहाय मृगीवर झडप घालून तिला घेऊन जात आहे.

तपस्वी २ : ती पाहा, ती पाहा, राजकन्या वैदेही, एखादी नागीण त्वेषानं सळसळावी, एखादी पुष्पभरली लता हलवली असता थरथरावी त्याप्रमाणे त्या अधमाच्या हातून सुटका करून घेण्याकरिता तडफडते आहे. हा हंत! हा दृष्ट रावण, या तपोवनाची सिद्धीच बळजबरीनं लुटून नेत आहे.

दोघेही तपस्वी : धावा... धावा... धावा...

तपस्वी १: तो पाहा, तो पाहा, गृध्रराज जटायू! दशरथाचे उपकार स्मरून आकाशातील रावणाच्या शिरावर घिरट्या घालीत आहे. ऐका! तो रावणाला खडसावून विचारतो आहे, 'अरे मी जिवंत असताना तू इथून कसा निसटशील?' शाबास जटायू!

तपस्वी २ : जटायूचा आवेश पाहून रावण पाहा माघारी फिरला, कश्यपा, कश्यपा? अरे त्या क्रव्यादाचा आवेश तर पाहा! आपले प्रचंड पंख फडफडावून जटायूनं रावणावर झेप घेतली. त्याची तीष्ण विस्फारलेली चोच आणि पसरलेले तीक्ष्ण तिखट नखांचे पंजे पाहिलेस? वज्राघातानं गिरिशिला विदीर्ण व्हावी त्याप्रमाणे जटायू रावणाची दीर्घ विशाल छाती ओरबाडून छिन्नविछिन्न करीत आहे.

तपस्वी १ : अरे अरे पाहा... रावणानं जटायूच्या उजव्या खांद्यावर खड्गाचा वार करून त्याचा उजवा पंख समूळ छाटून टाकला.

दोघेही तपस्वी : अरेरे! रावणाच्या वारानं घायाळ झाला... पडला... पडला... जटायू पडला.

तपस्वी १ : शाबास जटायू, शाबास, रावणाला एक मोर समजून त्या राक्षसराजाला तू दिलेलं हे द्वंद्वाचं आव्हान तुझ्या शौर्याला शोभणारंच आहे.

तपस्वी २ : उन्मत्त हत्तीनं एखादा वनवृक्ष मुळासकट उपटून फेकून द्यावा त्याप्रमाणे जटायू, तू भूमीवर पडला आहेस, पण गृध्रराजा, तुला हे वीरमरण आलं आहे.

तपस्वी १ : जटायू, तुला स्वर्ग प्राप्त होवो. काश्यपा, चल आपण हे वृत्त रामचंद्राला सांगू...

[जातात.]

[तिसरा अंक समाप्त]

अंक ४

[भरत प्रवेश करतो. बरोबर प्रतिहारी विजया आहे.]

भरत : विजये, रामचंद्राच्या समाचारासाठी जनस्थानास गेलेले सुमंत्र परत आल्याचं कळलं. कुठं आहेत ते? त्यांना घेऊन ये.

विजया : जशी युवराजांची आज्ञा! (विजया जाते.)

भरत : रामचंद्रांना भेटून त्यांच्याकडून त्यांचं वचन आणि त्यांचा प्रसाद घेऊन अयोध्येला परत आल्यापासून त्यांच्याबद्दल काहीच कुशल कळलं नाही. म्हणून सुमंत्रांना मी मुद्दाम जनस्थानाला पाठवलं. रामचंद्रांचं कुशल ऐकण्याकरिता मी उत्सुक आहे.

विजया : (सुमंत्रासह प्रवेश करते.) युवराजांचा विजय असो! सुमंत्र आले आहेत, राजपुत्र.

भरत : (उत्सुकतेने) सुमंत्र, तपोवनाची काय वार्ता आहे?

सुमंत्र : युवराजांचा विजय असो! [खिन्न मुद्रेने उभा राहतो.] (स्वगत) खरंच दीर्घकाळ जगलो हा माझाच अपराध आहे.

भरत : सुमंत्र, आपण स्तब्ध का? [सुमंत्र संचित उभा आहे.]

प्रतिहारी : (सुमंत्राजवळ जाऊन) आर्य, राजपुत्र आपल्याला विचारीत आहेत.

भरत : सुमंत्र, आपण बोलत का नाही? आपण जनस्थानाला गेला होतात ना? की अर्ध्या वाटेवरूनच परत फिरलात?

सुमंत्र : युवराज, आपल्या आज्ञेनंच मी रामचंद्राला भेटायला जनस्थानात गेलो होतो, तो अर्ध्या वाटेवरून परत कसा येईन?

भरत : मग काही रागामुळे अथवा संकोच वाटून रामचंद्रांनी तुमची भेट घ्यायचं नाकारलं का?

सुमंत्र : युवराज, रामचंद्रासारख्या व्रतस्थाला कसला राग आणि कसला संकोच?

दु:ख आहे ते जनस्थानाला जाऊन रामचंद्रांची भेट झाली नाही याचं.

भरत : भेट झाली नाही? का झाली नाही?

सुमंत्र : रामचंद्र जनस्थानातून निघून गेल्यामुळे.

भरत : कुठं गेले? काही कळलं का?

सुमंत्र : फार लांब गेले. किष्किंधा म्हणून वानरांचं वसतिस्थान आहे तिकडे ते गेले असं ऐकलं.

भरत : सुमंत्र, वानरांना माणसांची पारख कशी असणार? रामचंद्रांची योग्यता त्यांना कशी कळणार? राम-सीता-लक्ष्मणाचं वानरवस्तीवरील वास्तव्य नक्कीच कष्टमय असणार.

सुमंत्र : युवराज, वानरांनासुद्धा कृतज्ञताबुद्धी असते. उपकाराची ते आठवण ठेवतात.

भरत : म्हणजे काय? संदर्भ कळला नाही.

सुमंत्र : सुग्रीव नावाच्या वानरांच्या राजाचं सिंहासन, त्याचा भाऊ वाली यानं बळकावलं होतं. सुग्रीवाची बायकोही वालीनं पळवली होती. समदु:खी रामचंद्रांनी वालीचा वध करून सुग्रीवाची या संकटातून सुटका केली.

भरत : समदु:खी? रामचंद्र समदु:खी कसे?

सुमंत्र : दोघांचाही राज्याधिकार हिरावून घेण्यात आला म्हणून समदु:खी.

भरत : सुमंत्र, असं संदिग्ध काय बोलता? माझ्यापासून तुम्ही काहीतरी लपवत आहात. खरं सांगा सुमंत्र, तुम्हाला स्वर्गस्थ महाराजांच्या चरणांची शपथ आहे. खरं काय ते सांगा!

सुमंत्र : आता मात्र नाइलाज आहे. राजपुत्र, ऐका! तपोवनातील ऋषीमुनींना रामचंद्रांनी राक्षसांपासून संरक्षण दिलं. त्यांना त्रास देणाऱ्या काही राक्षसांचा रामचंद्रांनी वध केला. म्हणून राक्षसांचा राजा रावण यानं सूडबुद्धीनं, कपट करून वैदेहीला आश्रमातून पळवून नेलं.

भरत : काय? वैदेहीला पळवून नेली! (भरत अस्वस्थ होतो.)

सुमंत्र : युवराज, शांत राहा. शांत राहा.

भरत : हाय रे नशिबा ! पितृवियोग, आप्तवियोग आणि आता पत्नीवियोगाचं दारुण दु:ख! काळ्या मेघांनी चंद्रांला झाकळून टाकावं तशी संकटामागून संकटं रामाचा पाठपुरावा करीत आहेत. याला कारण? याला कारण माता कैकयी. पण तिला माता तरी कसं म्हणू?

(गाणे... राग सुहा कानडा... नायकी कानडा)

तिज म्हणू कसे मी जननी?
धाडिला राम का तिने वनी ।।धृ।।
दुष्चरिता ती माता वधिले मत्प्रिय ताता
सत्त्वशील सौमित्रा सीता कोमलगात्रा
वनवासी रामासह वसली ती घोर वनी विपिनी।।१ ।।

भरत : सुमंत्र, माझ्याबरोबर चला...

सुमंत्र : पण युवराज, कुठं?

भरत : राणीवशाकडे.

[सुमंत्र, भरत, प्रतिहारी जातात. किंचित अंधार. नंतर प्रकाश. कैकयीचा महाल.]

[कैकेयीचे गाणे]

(गाणे... राग किरवाणी)

नच आस ती व्हावया राजमाता अवमानिता मीऽऽऽ झाले नाथाऽऽऽ ।।धृ।।
व्रत असिधारा वचन विकल अता, प्रतिमा न त्या सांगती सत्यगाथा ।।१ ।।

(सुमंत्र व भरत आणि विजया प्रवेश करतात. बरोबर प्रतिहारी आहे.)

भरत : विजये, मी आलो आहे म्हणून सांग.

प्रतिहारी : जशी राजपुत्रांची आज्ञा. आपण आलात हे कोणत्या राणीला सांगू युवराज?

भरत : मी राजा व्हावं अशी जिची इच्छा आहे तिला.

प्रतिहारी : जशी राजपुत्रांची आज्ञा. (कैकयीकडे प्रतिहारी जाते.) देवी, युवराज भरत आपल्या भेटीला आले आहेत.

कैकयी : विजये, भरत माझ्या भेटीला आला आहे म्हणतेस?

प्रतिहारी : होय राज्ञी. जनस्थानाहून सुमंत्र परतले आहेत. त्यांना बरोबर घेऊन आले आहेत.

कैकयी : (स्वगत) जनस्थानाहून सुमंत्र परतले आहेत? त्यांना बरोबर घेऊन भरत माझ्या भेटीला का आला आहे बरं? काय काम असेल? (उघड) विजये, युवराज आणि सुमंत्रांना पाठवून दे.

विजया : (भरत-सुमंत्राजवळ येऊन) यावं युवराजांनी.

[कैकयीसमोर येतात.]

कैकयी : वत्सा भरता, सुमंत्र रामचंद्रांची भेट घेऊन आल्याचं कळलं. राम-सीता-

लक्ष्मणाचं कुशल आहे ना?

भरत : कुशल आहे तर! पण त्याहीपेक्षा तुला आनंद देणारी वार्ता सांगायला आलो आहे. मुद्दाम. (हसतो.)

कैकयी : कोणती आनंदाची वार्ता? ती ऐकण्याकरिता देवी कौसल्या व देवी सुमित्रा यांनाही बोलावणं पाठवते. विजये...

भरत : नाही...नाही...नको. त्यांना बोलावण्याची जरुरी नाही. त्यांनी ती वार्ता ऐकावी अशी ती वार्ता नाही... ही वार्ता फक्त तुलाच आनंद देणारी आहे. (हसतो.) महदानंद...

कैकयी : (स्वगत) याच्या छद्मी हसण्यावरून शंका येते. काहीतरी विचित्र घडलं आहे. (उघड) ठीक आहे वत्सा, सांग.

भरत : ऐकावं देवींनी. तुमच्या इच्छेला मान देऊन ज्यांनी आपला राज्याधिकार सोडला; तुमच्या आग्रहावरून जो वनवासास गेला त्या रामचंद्रांची प्रिय पत्नी तपोवनातून पळवून नेण्यात आली. (मोठ्याने हसतो.) राज्ञी, तुमचे मनोरथ पूर्ण झाले. कैकयीदेवींचा विजय असो...कैकेयी राज्ञींचा विजय असो... (छद्मी हसतो.)

कैकयी : (गंभीरपणाने) ही ती आनंदाची वार्ता? आश्चर्य आहे.

भरत : सत्यव्रत, सत्यवचनी, इक्ष्वाकूंच्या कुळात तुझ्यासारखी सून आल्यानंतर त्यांची दुसरी एक सून पळवली जावी यात आश्चर्य काय आहे? (छद्मी हसतो.)

कैकयी : वत्सा, भरता, सत्यव्रत आणि सत्यवचनी इक्ष्वाकूंच्या कुळात मी सून म्हणून आले याचा या कैकयीला अभिमान आहे. इक्ष्वाकूंची सत्यनिष्ठा आप्त, इष्टमित्र या साऱ्यांचा रोष पत्करून... प्रसंगी कठोर वागून ...नाही नाही ती दूषणं सहन करून... दुष्कीर्ती घेऊन... तिनं तिचं कर्तव्य पार पाडलं आहे. कुलगुरू वसिष्ठ, कुलोपाध्याय वामदेव आणि वयोवृद्ध आप्त हे सुमंत्र याला साक्ष आहेत. पण दुर्दैवानं म्हणा अथवा इतर काही कारणांमुळे म्हणा, हे सारे साक्षीदार आज मूक आहेत. माझी कर्तव्यनिष्ठा पटूनही ते गप्प बसले आहेत. माझ्या कठोर वागणुकीचं रहस्य मी स्वत: सांगणं मला प्रशस्त वाटलं नाही म्हणून मी स्वत:हून त्याची वाच्यता केली नाही... पण... पण हे मौन मलाही दु:सह होत आहे. तोंड दाबून बुक्क्याचा मार सतत सहन करीत राहावं अशी माझी अवस्था झाली आहे. [शोकामुळे अस्वस्थ होते.]

सुमंत्र : राज्ञींनी शांत राहावं. त्रास करून घेऊ नये.

कैकयी : (मोठ्याने काकुळतीने ओरडून) वत्सा भरता...कैकयी दुष्ट नाही...दुष्ट नाही ही कैकयी. या साऱ्याचं कारण एक शाप आहे. तुझ्या पित्याला मिळालेला एक घोर शाप.

भरत : (आश्चर्याने) शाप? महाराज शापित होते? कोणी दिला होता हा शाप?

कैकयी : सांगा, सांगा सुमंत्र. आता तरी तुमचं मौन सोडा... सत्य काय आहे ते याला सांगा.

सुमंत्र : राज्ञी, शांत व्हा! शांत व्हा! कुमारांना मी सारं काही सांगतो. ऐका कुमार, महाराज दशरथ एकदा मृगयेला गेले होते. एका सरोवराशेजारच्या झाडीत धनुष्यावर बाण चढवून ते सावजाची वाट पाहत बसले होते. काही वेळानं कोणीतरी जनावर पाणी पीत असल्याचा आवाज सरोवराच्या दिशेनं आला. आवाजावरून एखादा रानहत्ती पाणी पीत असल्याचा महाराजांचा समज झाला. ध्वनिवेध घेऊन त्यांनी बाण सोडला. महाराज जाऊन पाहातात तो काय एक ऋषिकुमार वर्मी बाण लागून मरून पडला होता.

भरत : महाराजांच्या हातून ब्रह्महत्या झाली होती? हा हंत!

सुमंत्र : आपल्या अंध पित्याकरिता तो कुमार पाणी घेऊन जात होता, शेजारच्या झाडीत त्याचा तृषार्त पिता आपल्या मुलाची वाट पाहत बसला होता.

भरत : हा हंत! किती दारुण घटना आहे.

सुमंत्र : महाराज पाणी घेऊन त्या अंध ऋषीजवळ गेले. घडलेला वृत्तान्त त्यांनी कथन केला. 'दशरथा, माझ्याप्रमाणेच तुलाही पुत्रवियोगाचं दु:ख होईल.' असा त्या ऋषींनी तळतळून शाप दिला.

भरत : हा हंत! हंत! किती दारुण घटना ही. मला हे ऐकवत नाही.

कैकयी : महाराजांना पुत्रवियोगाचं दु:ख असं अटळ होतं. कमीतकमी त्रास होऊन शापाचा भोग महाराजांनी भोगावा म्हणून वाईटपणा पत्करून रामाला वनवासाला धाडण्याचा मी हट्ट धरला. राज्यलोभामुळे नव्हे.

भरत : पुत्रवियोगाचं दु:ख अटळ होतं तर... रामाऐवजी तू मला वनवासाला का पाठविलं नाहीस?

कैकेयी : भरता, तू आजपर्यंत महाराजांपासून दूर आपल्या आजोळी होतास. तुझा वियोग महाराजांच्या अंगवळणी पडल्यासारखा होता.तुला वनवासाला पाठवणं हे ढोंग ठरलं असतं.

भरत : (थोडा विचार करून) मग चौदा वर्षं वनवास का? अल्प मुदतीच्या वनवासानं भागलं नसतं का?

कैकयी : एक पक्ष म्हणजे चौदा दिवस वनवास हीच मूळ योजना होती. परंतु राम वनवासाला जाणार या कल्पनेनं मीही गोंधळले होते. बावरले होते. माझ्या बोलण्यात फरक पडला तो वासर आणि वत्सर या शब्दांच्या गोंधळामुळे. चौदा वासरऐवजी मी चौदा वत्सर असं चुकून बोलून गेले.

भरत : सुमंत्र, कुलगुरूंना, पुरोहितांना आणि वृद्ध आप्तांना हे मान्य आहे का?

सुमंत्र : कुलगुरू वसिष्ठ, कुलोपाध्याय वामदेव यांना मान्य आहे.

भरत : माते , रागाच्या भरात मी तुझी निर्भर्त्सना केली. अज्ञानानं तुला नाही नाही ती दूषणं दिली. तुझ्यावर वाटेल ते आरोप केले तरी अवाक्षराची क्षमा करा... [कैकयीच्या पायावर डोके ठेवतो.]

कैकयी : वत्सा भरता, ऊठ! अरे कोणती आई आपल्या मुलाचे अपराध पोटात घालीत नाही? ऊठ भरता, तुझा गैरसमज झाला यात तुझा काय अपराध?

भरत : माझ्यावर तू अनुग्रह केला आहेस माते! आता सारे मांडलिक राजे मदतीला घेऊन मी सैन्यासह रामचंद्रांच्या मदतीला निघत आहे. माझ्या बलाढ्य सेनेच्या बळावर सागरासकट मी रावणाचा नि:पात करीन. मला आशीर्वाद दे. [पडद्यात गलबला ऐकू येतो.] अरे हा गलबला कसला?

प्रतिहारी : (जाऊन परत येते.) युवराज, कौसल्यादेवींना मूर्च्छा आली आहे.

कैकयी : कौसल्यादेवी मूर्च्छित पडल्या? वत्सा भरता, चल प्रथम त्यांना सावध करू.

[सर्व जातात.]

[अंधार... रामाचे पूर्वीचे आश्रमस्थान... पर्णकुटी.]

[आश्रमाच्या जागी राम सीता प्रवेश करतात.]

[तपोवन : दोन तपस्वी प्रवेश करतात.]

तपस्वी १ : नंदलिका, त्रिभुवनास त्राहि भगवान करून सोडणाऱ्या रावणाचा नि:पात करून, राक्षस असूनही सकलगुणमंडित असलेल्या बिभीषणास राज्यावर बसवून देव, देवर्षी आणि सिद्ध यांसारखी शुद्धशील असलेली देवी सीता हिला घेऊन शरदकालच्या निरभ्र आकाशातील चंद्राप्रमाणे आल्हाद देणारी रामाची स्वारी प्रमुख ऋक्ष, राक्षस आणि वानर यांच्या परिवारासह या तपोवनात पुन्हा परत येत आहे. हे पाहा राम आणि सीता इकडेच आले.

[राम व सीता प्रवेश करतात.]

हे पुरुषोत्तमा, रघुकुलतिलका, क्षितितलावर अवतरणाऱ्या मानवेंद्रा, तुझा जयजयकार असो! (राम-सीता नमस्कार करतात.)

[तपस्वी 'स्वस्ति स्वस्ति!' असा आशीर्वाद देऊन जातात.]

[पूर्वीच्या आश्रमाच्या जागी इकडे तिकडे फिरून -]

राम : आपल्या पूर्वीच्या आश्रमाची हीच ती जागा. ओळख पटते मैथिली? त्या कोपऱ्यात तू लावलेली रोपटी आठवतात तुला? त्यांना रोज तू पाणी घालायचीस. रात्रंदिवस त्यांची काळजी करायचीस. आता बघ त्यांचे केवढे विशाल वृक्ष झाले आहेत.

सीता : खरंच की, केवढे मोठे वृक्ष झाले आहेत ते! येता-जाता सहज वाकून त्यांना मी त्या वेळी कुरवाळीत असे. आता त्यांना नुसतं बघायचं म्हटलं तर दृष्टी आकाशाला भिडते.

राम : वैदेही, हा सप्तपर्ण वृक्ष आठवतो तुला? भरत प्रथम इथं आश्रमात आपल्याला भेटायला आला होता. तेव्हा या वृक्षाच्या सावलीत विसावलेला मृगांचा कळप, कसा धूम पळत सुटला होता, आठवतं?

सीता : सारं काही आठवतं!

राम : आणि ही ती जागा. आपण महाराजांच्या वर्षश्राद्धाचा विचार करीत बसलो होतो आणि तो कांचनमृग दिसला...

सीता : आर्यपुत्र, नको ती उग्र ओंगळ आठवण. अंगावर अजून काटा उभा राहातो.

राम : (हसून) आता घाबरायचं कारण काय? गतेतिहास तो. आज त्याची फक्त आठवण करायची. (आकाशाकडे पाहून) अरे, एकाएकी धुळीचा लोट आकाशात एवढा उंच कसा उठला? [पडद्यात भेरीघोष आणि शंखध्वनी] भेरीघोष आणि शंखध्वनी कानी पडत आहेत. [पडद्यात जयघोष] सैनिकांचा जयघोष ऐकू येत आहे. काय प्रकार आहे? या नागरी कल्लोळानं शांत तपोवनाचं एका क्षणात नगरात रूपांतर झाल्यासारखं वाटतं.

[लक्ष्मण प्रवेश करतो.]

लक्ष्मण : युवराजांचा विजय असो! आपला प्रिय बंधू भरत मातेला घेऊन सैन्यासह आपल्या भेटीला आला आहे.

राम : (आनंदाने) भरत... भरत मातोश्रीला घेऊन आला. मैथिली त्याच्या स्वागताची तयारी कर.

सीता : अगदी योग्य वेळी भरतभाऊजी आले आहेत.

[भरत कैकयीसह प्रवेश करतो.]

भरत : रामचंद्रांचा विजय असो!

राम : माते, हा राम तुला अभिवादन करीत आहे. (सीतासुद्धा नमस्कार करते.)

कैकयी : आयुष्मान व्हा! वत्सा, वनवासाची चौदा वर्षं पूर्ण करून पित्याची वचनपूर्ती, ऋषींची प्रतिष्ठा राखलीस याबद्दल रामा, मी तुझं अभिनंदन करते.

राम : माते, मी अनुगृहित आहे.

भरत : आर्य, आपण दिलेल्या वचनाची मी आपल्याला आठवण करून देतो. यापुढे राज्याची जबाबदारी राजा म्हणून आपण स्वीकारावयाची आहे.

राम : मातोश्री कैकेयीची काय इच्छा आहे?

कैकयी : महाराजांची वचनपूर्ती व ऋषींचा शाप यांच्यातून मुक्त झाल्यानंतर रामचंद्र राजा व्हावा ही मातोश्री कैकयीची आज्ञा आहे. (पडद्यात दुंदुभी वाजतात.)

सुमंत्र : युवराजांचा जय असो! कुलगुरू वसिष्ठ, कुलोपाध्याय वामदेव, सर्व सैनिक आणि उपस्थित प्रजाजनांसह अभिषेकासाठी तयारी करून पलीकडच्या आश्रमात आपली वाट पाहात आहेत. युवराजांनी तिकडं चलावं.

कैकयी : वत्सा रामा, अभिषेक करून घेण्याकरिता प्रथम तिकडे जा.

राम : जशी मातोश्रींची आज्ञा! [राम-सीता नमस्कार करून जातात.]

[पडद्यात 'जयतु जयतु भवान्, जयतु स्वामी, जयतु महाराजः, जयतु देवः, जयतु भद्रमुख्यः, जयतु आर्य, जयतु रावणांतकः।']

कैकयी : कुलगुरू पुरोहित, कंचुकी, पौरजन, सेवक आणि तपस्वीजन माझ्या पुत्राचा रामचंद्राचा जयजयकार करत आहेत. हा विजयघोष ऐकून धन्य झाले. (पडद्यात पुन्हा जयघोष.)

(गाणे... राग भैरवी)

अभिरामा सुखधामा अजि मी धन्य धन्य झाले
पाहुनी आनंदघना लोचन धाले ।।धृ।।
वनवासी वचनपूर्त सत्य हो जणू समूर्त
धन्य आज अवधपुरी रामराज्य आले. ।।१ ।।

[अभिषिक्त राम प्रवेश करतो. सीता-भरत-लक्ष्मणसुद्धा प्रवेश करतात.]

राम : (कैकयीला नमस्कार करतो.) माते, हा अभिषिक्त राम तुला नमस्कार करतो.

कैकयी : आयुष्मान भव! विजयी भव! (सीता नमस्कार करते.)

राम : भरता, इकडे ये... आता ही वल्कलं उतरवून ही राजवस्त्रं तू परिधान करावी अशी राजाज्ञा आहे. [नवी वस्त्रे भरतास देतो.] (समोर येऊन आकाशाकडे पाहून) स्वर्गस्थ तात, इक्ष्वाकूंची सत्यनिष्ठा सांभाळून, तुमची वचनपूर्ती करून, ऋषींचा शाप भोगून, तुमच्या इच्छेप्रमाणे आणि मातेच्या आज्ञेनुसार कुलगुरू कुलोपाध्याय अमात्य प्रजानन यांच्या आशीर्वादाने तुमचा कर्तव्यतत्पर पुत्र रामचंद्र आज राजा झाला आहे. तात, राजा रामचंद्र तुम्हाला आणि सर्व इक्ष्वाकू पूर्वजांना

अभिवादन करीत आहे.

[पडद्यातून 'अभिरामा सुखधामा']

(पार्श्वसंगीत ध्वनिमुद्रिका)

यथा रामश्च जानक्या
बंधुभिश्च समागता
तथा लक्ष्म्यां समायुक्तो
राजा भूमीं प्रशास्तुन:
अभिरामा सुखधामा

।। शुभं भवतु ।।

'धाडिला राम तिने का वनी' (१९७६) या नाटकाच्या तालमीच्यावेळी (डावीकडून)
लेखक - द. ग. गोडसे, दिग्दर्शक - दाजी भाटवडेकर, संगीत दिग्दर्शक - जितेंद्र अभिषेकी
कलाकार - आशा खाडिलकर नारायण बोडस, रजनी जोशी, अरविंद पिळगांवकर
ऑर्गन - विश्वनाथ कान्हेरे, तबला - राजू वरणगांवकर

‘धाडिला राम तिने का वनी’ (१९७६) या नाटकातील दोन प्रसंग

* 9 7 8 8 1 7 9 9 1 9 1 2 5 *

FCW - #0239 - 061026 - C0 - 216/140/5 - PB - 9788179919125 - Matt Lamination